अतिरेकी

सतीश आळेकर यांचे प्रकाशित साहित्य

नाटक

अतिरेकी
एक दिवस मठाकडे / ठकीशी संवाद
दुसरा सामना
पिढीजात / मिकी आणि मेमसाहेब
बेगम बर्वे
महानिर्वाण
महापूर
शनिवार रविवार

एकांकिका

झुलता पूल आणि इतर एकांकिका
आधारित एकांकिका

आठवणी

गगनिका

अतिरेकी

सतीश आळेकर

पॉप्युलर प्रकाशन, मुंबई

अतिरेकी
(म - १३४६)
पॉप्युलर प्रकाशन
ISBN 978-81-956688-1-6

ATIREKEE
(Marathi : Play)
Satish Alekar

कृष्णा, २ रा मजला, पत्रकारनगर
पुणे ४११ ०१६
mikinalekar@hotmail.com
satish.alekar@gmail.com

पहिली आवृत्ती : २७ मार्च १९९०
नीलकंठ प्रकाशन, पुणे
दुसरी आवृत्ती : २०२२ / १९४४

मुखपृष्ठ : शेखर गोडबोले, राजू देशपांडे

मुद्रितशोधन : मिलिंद बोरकर, पुणे

प्रकाशक
हर्ष भटकळ
पॉप्युलर प्रकाशन प्रा. लि.
३०१, महालक्ष्मी चेंबर्स
२२, भुलाभाई देसाई रोड
मुंबई ४०० ०२६

अक्षरजुळणी
मुग्धा दांडेकर
थ्रीडी ग्राफिक्स, पुणे

‘अतिरेकी’ या नाटकाचा पहिला प्रयोग थिएटर ॲकॅडेमी, पुणे या संस्थेतर्फे दिनांक २७ मार्च १९९० या दिवशी रात्री साडेनऊ वाजता भरत नाट्य मंदिर, पुणे, येथे सादर करण्यात आला.

दिग्दर्शक : सतीश आळेकर
संगीत : आनंद मोडक
नेपथ्य : दिलीप मंगळवेढेकर
प्रकाश : समर नखाते, नरेंद्र लागू
ध्वनी : नंदू पोळ
ध्वनिमुद्रण : राहुल रानडे
रंगभूषा : निवृत्ती दळवी
वेशभूषा : माधुरी पुरंदरे
नृत्ये : प्रणोती प्रताप
निर्मिती प्रमुख : श्रीकांत गद्रे
निर्मिती व्यवस्था : संजय लोणकर
रंगमंच व्यवस्था : शैलेश बेंद्रे, यशवंत तेंडुलकर, माधव अभ्यंकर, अरविंद ठकार

कलाकार

माधवराव : अनिल भागवत
मंदाताई : गौरी जोशी
बापूराव : श्रीरंग गोडबोले
भावना : माधुरी पुरंदरे
बाबू : उपेंद्र लिमये
साहेब : उदय लागू
मालविका : पल्लवी रानडे
नगरपिता : अशोक गायकवाड
वास्तू सिलिंगकर : श्रीकांत गद्रे
विहंग पर्यावरणकर : अतुल पेठे
तरंग : राहुल रानडे
गडकरी : चंद्रकांत काळे

अंक पहिला

प्रवेश पहिला

[रिकामा रंगमंच. कसलेही नेपथ्य नाही. असल्यास २-३ चौथरे कसेही ठेवलेले. पार्श्वभागी काळा पडदा. देशभक्तिपर प्रार्थना सुरू होते. सुरुवातीच्या संगीताबरोबर सर्व पात्रे रंगमंचावर येतात आणि देशभक्तिपर प्रार्थना दिलखुलासपणे म्हणतात. गीताच्या चालीमध्ये जोष असावा, त्याचबरोबर त्याला गती असावी. प्रवास करतानासुद्धा हे गीत शोभून दिसावे. प्रार्थना संपत येते. प्रकाश अंधुक होत जातो. विंगेतून धुपाचा धूर. वातावरण धुरकट होते. गीताचे संगीत संपते. काही क्षण शांतता. एक वयस्क गृहस्थ प्रवेश करतो. वय अंदाजे ५५-६०. सकाळी फिरायला निघालेला आहे, अशी कल्पना. चालता-चालता थबकून मागे बघतो, तर कुणी दिसत नाही. थबकतो. आल्या दिशेला बघत म्हणतो-]

गृहस्थ : चला, चला, चला! लवकर पाय उचला मंडळी. अशा वेगानं चालत राहाल, तर पहाटेचे फिरून येईपर्यंत मध्यान्ह होईल. तरी येऊ नका म्हणून बजावत होतो. एवढ्या मंदगती चालण्यापेक्षा घरीच सोसायटीच्या तुळशी वृंदावनाभोवती फिरत बसा म्हणत होतो. पहाटेच्या थंडीत धुक्यामधून जरा वेगानं चालावं! नावानं आणि कृतीनं दोन्हीनी अगदी मंदा आहात. नावही मंदा आणि चालण्यातही मंदा!

मंदाताई : (प्रवेश करीत. वय ५०.) इश्श, काय हे! रस्त्यात कसलं नावानी हाक मारताय आणि ओरडताय काय सकाळपासनं? किती तरुण मुलं-मुली जात असतात फिरायला; जरा बघत बसले त्याचं पळणं, म्हणून मागे पडले हो! नाव घेऊन काय ओरडत सुटायचं सकाळच्या धुक्यात! हं, वळा!

गृहस्थ : का? इकडे का वळू?

मंदा : अहो, रोज-रोज त्याच रस्त्याचा कंटाळा नाही का येत? वळा आता, आज जरा वेगळ्या रस्त्यानी जाऊ.

गृहस्थ : अलीकडे मी पाहातोय मंदा तुझं, तू फार बोलायला लागलीयस. सारखी निर्णयात्मक मत मांडत असतेस.

मंदा : (स्वतःवर खूष होऊन) काय झालंय माझं, सांगू का तुम्हाला...

गृहस्थ : सांगा, पण पटकन सांगा.

मंदा : जवळजवळ पंचवीस वर्षं झाली की नाही लग्नाला? तर, इतकी वर्षं ओट्यापाशी गॅसजवळ उभं राहून-राहून विचार करायची सवय झाली; त्यातून जे चिंतन झालं, त्यामधून मतं निर्माण झाली. म्हणून वाटलं की, आज वळावं आणि ह्या रस्त्यानी जावं. वळा आता!

गृहस्थ : वळा तर वळा! नंतर काही झालं भलतं, तर मला दोष देऊ नका.

मंदा : काय होणार आहे? छान पहाट आहे. थंडी, त्यात मस्त धुकं. इतक्या रम्य वातावरणात काय होणार? भलते-सलते विचारसुद्धा मनात आणू नका.

गृहस्थ : मी नाही तसं म्हणत. पण हा आपला नेहमीचा रस्ता नाही. इथल्या रस्त्याची आपल्याला सवय नाही. खड्ड्यात गेला पाय म्हणजे? तुमच्या आग्रहामुळे हा रस्ता धरला, एवढं ध्यानात ठेवा.

मंदा : किती काळजी करता? चला! धुकं थोडं जास्त आहे आज, पण उजाडलं की निवळेल.

[दोघे थोडे चालतात.]

गृहस्थ : रस्त्यावर आवाज नाही कुणाचा, नाही? निर्मनुष्य रस्ता असावा. पेपरवाले, दूधवाले कुणी दिसत नाहीत. (धडपडतो) अगं आई गंऽ! च्यायला, केवढा खड्डा! अख्खा माणूस गाडला जायचा एखाद् दिवशी. मला नेहमी वाटतं- हे ड्रेनेजवाले, टेलिफोनवाले सगळ्यांचे पूर्वज कबरस्तानात कामाला असावेत. खोदल्याशिवाय चैनच पडत नाही.

मंदा : पण मी म्हणते, रस्ते दोन प्रकारचे असावेत. एक रहदारीसाठी आणि दुसरे फक्त खणण्यासाठी वापरावेत. खणा म्हणावं मेल्यांना हवं तितकं! काय असुरी आनंद मिळतो खणण्यात, कोण जाणे! छे, काय हे धुकं! काही दिसतसुद्धा नाही.

गृहस्थ : मला वाटतं मंदा, आपण रस्ता चुकलो.

मंदा : जरा वेगळा रस्ता घेतला, तर किती घाबरता! चुकायला काय झालं? नेहमीपेक्षा थोडा बदलला, एवढंच.

गृहस्थ : मग एवढी शांतता कशी ह्या रस्त्यावर?

मंदा : आता पहाटेच्या वेळी कोण बोलणार वचावचा! ऐका जरा. शहरात शांततासुद्धा ऐकावी लागते!

गृहस्थ : हे मात्र खरं! नाही तर काय आपल्या सोसायटीजवळची रहदारी, शेजाऱ्यांची कलकल... आता इथे बघ, कसलासुद्धा आवाज नाही! आपलीच पावलं फक्त वाजतायत.

मंदा : मी मत मांडलं म्हणून असा निवांत रस्ता मिळाला. नेहमीच्या रस्त्याला तीच ती माणसं भेटणार आणि भेटली की विचारणार, 'काय, फिरायला का?'

गृहस्थ : पण इथे मात्र कुणीसुद्धा भेटत नाहीये. फक्त आपण दोघंच, जोडीला शांतता आणि धुकं, अनोळखी खड्डे. त्यामुळे निर्माण झालेलं थोडं विचित्र वातावरण.

मंदा : विचित्र काय आहे त्यात?

गृहस्थ : अगं, कोणाचा म्हणजे कोणाचाच आवाज नाही. उजाडलं की जाग येते. पक्षी ओरडतात, मग माणसं... पेपर... दूध... छे! इथली माणसं काय बिनदुधाचाच चहा पितात की काय? तू वळ म्हणालीस, आपण वळलो... रस्ता चुकला गं आपला... च्यायला, काही पण दिसत नाही.

मंदा : शूऽऽऽऽ! ऐका!

[स्तब्धता]

[हुंदका जरा मोठ्याने ऐकू येतो. आवाज बाईचा.]

मंदा : कुणी तरी बाई रडतीय! धुक्यामुळे दिसत नाहीये.

गृहस्थ : मला तर...

[रडणे आता स्पष्टपणे मोठ्याने ऐकू येते. गृहस्थ घाबरतो.]

मंदा : कसला आवाज नाही म्हणत होतात; आता ऐका रडणं!

गृहस्थ : तरी मी सांगतोय की, नेहमीच्या रस्त्यानी चला.

मंदा : आवाजाच्या रोखानी चला.

गृहस्थ : मरंना का कुणी का रडं ना! आपण इथे फिरायला आलोय मंदा,

की सोशल वर्क करायला? हेतू ठरवा, त्याप्रमाणे वागा! देशात हजारो बायका रडत असतात, त्या सगळ्यांच्या रोखानी का जाणार आहात? उगाच हळव्या होऊ नका आणि भावना आवरा.

[मंदाताई गप्प. बोलत नाहीत.]

काय म्हटलं मी? लक्षात येतंय नाऽ? (ओरडत) तेव्हा भावना आवरा, भावनाऽऽ

[आतून बाईचा 'काय?' असा आवाज ऐकू येतो. दोघे चकित. त्यांना प्रथम भास झाला असे वाटते.]

मंदा : तुम्ही ऐकलंत काही?

गृहस्थ : हो! 'काय' असा आवाज आला एका बाईचा! पण हुंदका नाही ऐकू आला या वेळी.

मंदा : तुम्ही काय म्हणालात?

गृहस्थ : काही नाही. मी आपलं म्हणालो नुसता, 'भावना'.

[आतून त्या बाईचा 'काय?' असा आवाज.]

मंदा : अगो बाई! आधी ऐकू आले हुंदके आणि आता 'भावना' असे म्हटले की, 'ओ' ऐकू येतीय!

गृहस्थ : ह्याचा अर्थ– ह्या निर्मनुष्य रस्त्यावर एक बाई रस्ता चुकलीय म्हणून रडतीय आणि त्या बाईचं नाव आहे भावना. तरी मी हा रस्ता नको म्हणत होतो.

मंदा : आता आपण दोघं हाका मारू, बघू या काय प्रतिसाद मिळतोय तो!

दोघे जण : भावनाऽ भावनाऽऽऽ

[हाक घुमत जाते. आतून रडत 'काय' असे एकू येते. परत रडणे चालू.]

गृहस्थ : बघा! आता रडणं आणि हुंदके दोन्ही ऐकू आले; म्हणजे जी बाई रडतीय तीच ओ देतीय, हे नक्की.

मंदा : आपण विचारू तरी तिला, का रडतीस म्हणून. भावनाबाईऽऽऽ

[आतून : काय? काय?]

दोघे जण : बाहेर या. तुम्ही दिसत नाही आम्हाला.

[आतून : नको. मला राहू दे एकटीला.]

मंदा : असं नका करू भावनाबाई! बाई रडते एकटी ती घरात. रस्त्यावर रडलं की रडणं एकटीचं राहात नाही. कोण तुम्ही...? मेलं काही दिसेल तर शपथ धुक्यामुळे!

गृहस्थ : हे बघा बाई, आम्ही दोघं आहोत नवरा-बायको. सकाळी फिरायला म्हणून बाहेर पडलो, तो आपले हुंदके ऐकू आले. काही मदत करू का?

[आतून काही आवाज नाही.]

मला वाटतं मंदा, ती बाई आंधळी असावी.

[आतून : नाही, डोळे काही फुटले नाहीत.]

ते आम्ही डोळे बघितल्याखेरीज कसं सांगणार? मग रिक्षा खड्ड्यातून गेली म्हणून रिक्षातून खाली पडलात का?

[आतून : नाही हो!]

मग काही प्रापंचिक गडबड आहे का?

[आतून : हो!]

वाटलंच मला. अहो, आम्हीदेखील प्रपंच करतोय. अशा गडबडी सगळ्यांनाच असतात. तुम्ही या आणि मन मोकळं करा. गळा काढू नका, कुणाला ऐकू येणार नाही. रस्त्यावर कोणी नाही, तेव्हा पट्कन प्रगट व्हा!

[रडण्याचा आवाज वाढतो आणि आतून एक पन्नाशी उलटलेली बाई प्रगट होते. रडते आहे. त्यांना पाहत मंदाताई-]

मंदा : अहो, कोण आहेत त्या बघा! आपल्या सोसायटीतल्या भावनाताई धोंगडे! त्या रडत होत्या.

गृहस्थ : कमाल झाली! इतक्या सकाळी, आडरस्त्यावर धुक्यात रडायचं म्हणजे... भावनाताईऽ अहो, कशा आलात इथे?

मंदा : बोला बाई पटापटा! इतक्या वर्षांचा शेजार आपला! चमत्कारिकच हो!

भावना : (रडत) काय सांगू आणि काय नको... (रडतात.)

मंदा : सगळं सांगा! नाही सांगायचं म्हणजे काय?

भावना : सांगून कोण विश्वास ठेवणार...? आपल्याच नशिबाची कथा सांगितली काय, न सांगितली काय?

मंदा : नाहीऽ नाही, असं कसं? तुम्हाला माझ्या गळ्याची शपथ आहे. कहाणी सांगितलीच पाहिजे. सांगा...

भावना : गेला महिनाभर चाललंय ह्यांचं! सारखा विचार करत बसायचे. पेपर वाचायचा आणि विचार करायचा. खायचे नाहीत, प्यायचे नाहीत.

पेपर वाचून अस्वस्थ व्हायचे.

गृहस्थ : कोण, बापूराव? मी रोज बघत होतो. मी कामावर जाताना दिसायचे, पण जाणवलं नाही कधी.

भावना : मला कळते ना त्यांच्या जीवाची तगमग! संसार करतीय मी त्यांच्याशी गेली २५ वर्षे. यंदाचं वर्ष रौप्यमहोत्सवाचं! किती बेत आखले होते, सिल्व्हर ज्युबिलीचे! आता महाबळेश्वर नाही, मजा नाही. फुटाणे, बोटीत बसणं नाही की कुठले पॉइन्ट नाहीत. आता कशात लक्षच नव्हतं त्यांचं माधवराव! पंचवीस वर्षांत तुम्हाला सांगते- कधी भांडण झालं नव्हतं, की आमच्या एकुलत्या एक बाबूला भावंडं झालं नाही. म्हटलं, एक पुरे! आपलं आर्थिक अंथरूण पाहून पाय पसरावेत. पेपरवाचनानी सगळा गोंधळ झाला त्यांचा, माधवराव!

माधव : भावनाताई, इतक्या वर्षांचा शेजार आपला; सख्खे भाऊ काय राहातील अशी सोसायटी आपली. बापूराव अस्वस्थ असल्याचं एका अक्षरानी बोलले नाहीत. आता मान्य आहे वहिनी, प्रत्येकाची मुलं हुषार नसतात. तुमचा बाबू... आता स्पष्टच सांगायचं तर हो, बेताच्याच वकुबाचा! त्यावरून बापलेकात कुरबुरी चालत असत. पण ते क्षम्यच आहे.

भावना : बाबूला सारखे बोलायचे! फडाफडा बोलायचे. हातसुद्धा उगारायचे. पुन्हा पेपरवाचन चालू. तुम्हाला सांगते मंदाताई, एकदा पेपर वाचायला लागले की, जी तंद्री लागायची- जणू मूर्ती ध्यानस्थ बसलीय! रद्दीवाला काय बघेल इतक्या प्रेमानी एकटक पेपरची सकाळी वाट बघायचे.

मंदा : वाचायचे तरी काय पेपरात एवढं म्हणते मी?

भावना : सर्व पेपर! आणि अस्वस्थ व्हायचे. म्हणायची मी, वाचून-वाचून घाम आलाय कपाळाला, तो तरी पुसा! का होतेय एवढी जीवाची उलघाल? बोलायचे- दूर जाणार, बाबूला सोडून येणार. मग पुन्हा वाचन चालू. आता नाही आमचा बाबू शिकला फार! आपल्या हातात प्रयत्न असतात. तशी तब्येत उत्तम. पण मी म्हटले, तो सैन्यात जाणार नाही. एकुलता एक मुलगा माझा, कसा पाठवू त्याला सैन्यात? सांगा मला मंदाताई.

मंदा : ते बरीक बरं केलंत हो! नाही तरी आपल्या सैन्याला लढायचा चान्स

मिळतोय कुठे! लढून-लढून लढणार कुठे, तर रावणाच्या श्रीलंकेत! त्या तोफांचं प्रकरण निकालात निघेस्तोवर अजिबात सैन्याचा विचार करू नका!

माधव : आता तुमची तोफ आवरा जरा! मला सांगा वहिनी, पण तुम्ही रडत का होतात इथे येऊन?

भावना : ते म्हणायचे, तो दिवस आला. मी विचारलं, तो दिवस म्हणजे कुठला? आजचा, उद्याचा येणारा... त्यावर तिकडून उत्तर आलं नाही.

माधव : त्यांची तब्येत...

भावना : तब्येतीची चौकशी करायला ते घरात तर हवेत!

मंदा : अगोबाईऽऽ! म्हणजे गेलेत कुठे बापूराव?

भावना : पहाटे माझा जरा डोळा लागला. उठून बघते तो, घरात कोणी नाही. हे नाही, बाबू नाही. आदल्या दिवशी म्हणाले होते, लांब जाणार प्रवासाला. बाबूला सोडून येणार.

माधव : कुठे? कुठल्या प्रवासाला?

भावना : माहीत नाही. मागे पत्ताच काय, काहीच मनातला संदर्भ ठेवला नाही. बाबूची आठवण येते होऽ!

[रडू लागतात. मंदाताई त्यांना सावरतात. अंधारून येते.]

अंक पहिला

प्रवेश दुसरा

[पहिल्या दृश्यातील प्रार्थनेचे संगीत वाजते. रिकामा रंगमंच उजळतो. बापूराव आणि बाबू ह्यांचा प्रवास चालला आहे. बापाचे कपडे कालचे, तर मुलाचे आजचे ट्रेकला निघाल्यासारखे. बाप पुढे, तर पोरगा मागून. बापूरावांचं वय ५५च्या पुढे, तर पोराचे २५च्या आसपास. पोराच्या पाठीला हॅवरसॅक लावलेली. बापूरावांनी हॅट घातलेली. मुलाची डोक्यावर कॅप. देशभक्तिपर प्रार्थनेच्या पार्श्वसंगीताच्या तालावर बापलेकाचा लांबचा खडतर, मजेशीर हालचालींचा, अतिशयोक्तिपूर्ण, पूर्णतः खोटा वाटेल (म्हणजे नाटकातला वाटेल) असा प्रवास चालतो.]

बापूराव : लवकर बाब्या... लवकर उचल पाय! अनिच्छेने पावलं उचलू नकोस. पावलं चटाचट चटाचट, धीम्या पण सारख्या गतीनं उचल. रेंगाळू नकोस. जागी थबकू नकोस. प्रवास लांबचा आहे आपला बाबू आणि चालताना माना वळवून मागे बघू नकोस. केविलवाणा होऊ नकोस. नजर टक्क क्षितिजावरची, निश्चयाची! खाली वळलेली मान कसनुशी वाटते. जमीन भुसभुशीत करते. अरे, जिथून आपण निघालो तो महाराष्ट्र पडला मागे- म्हणजे भौगोलिक दृष्ट्या.

[महाराष्ट्राची तुतारी वाजते.]

वाजली, तुतारी वाजली. इतक्या लांबवरसुद्धा तिनं पिच्छा सोडला नाही. विसरू म्हणता विसरता येत नाहीत हे स्वर! रोमांचित करून टाकतात. सूर असतात मनात.... तरी हा आवाज आता विसर बेटा. आपला देश खूप मोठा. उभा-आडवा, उत्तर-दक्षिण, पूर्व-पश्चिम मजबूत सीमा. प्राचीन परंपरा, अनेक धर्म आणि पंथांच्या

झिरमिळ्या. पाय उचल पोरा, लांबचा आहे आपला पल्ला.
[तुतारीपाठोपाठ पोवाडा ऐकू येतो.]
तुतारी आली की पाठोपाठ पोवाडा आलाच! वाऽ काय खडा आवाज!
[पोवाडा विरत जातो.]
असा आवाज ऐकला की, कसं स्फुरण येतं. तुझा आवाज मात्र तुझ्या परीक्षकांना कधी ऐकू गेला नाही. कायम काठावर, नाही तर नापास. मन लावून अभ्यास नाही झाला, म्हणून आता विचारपूर्वक प्रवास वाट्याला आला. अशी नाकेबंदी झाली म्हणजे आठवते आमची पिढी! आम्ही तन्मयतेने केली खर्डेघाशी. मनात इच्छा एवढीच की, बापाच्या कुवतीला पोरानं शह द्यावा. भेदरटपणाचा निप्पात करावा. पण बोंब तुझी! मुखदुर्बळ, भेदरट आणि मिचमिच्या डोळ्याच्या... तुझ्या आयला, तू चालऽऽऽ आपल्या प्रांतापासून दूर चाल.
[पोवाड्याचे दुसरे कडवे सुरू होते.]
दुसऱ्याच्या नावाने गायलेले तिसऱ्याचे पोवाडे ऐका! किती स्वप्नं बाळगली होती मी! मोठ्या उत्साहाने मराठ्यांचा इतिहास कानांवर पडेल ऐशी व्यवस्था केली. तऱ्हेतऱ्हेचे टेप्स, कॅसेट्स आणि पुस्तकांची तर गणतीच नाही. जरादेखील गुंडपणा अंगी आला नाही. आईवर गेलाय म्हणावं, तर स्वभाव भेदरट; बापावर गेलाय म्हणावं तर थोबाड गरीब. जमीन मोजत बसलेत. खालमान्या, तू खालमान्या नुसता! सैन्यात जावं तर गुडघ्याला गुडघा घासतो, मेंदूला बुद्धी घासत नाही म्हणून शिक्षणात दलदल. नापसंत, सर्वत्र नाकारला गेलेला मुडदूस कार्टा नशिबी आला.
[पोवाडा अथवा देशभक्तिपर गाणे ऐकू येते.]
बरं वाटतं ना ऐकून? गाणी ऐकून पावलं पुढे पडत नसतात, काही निर्णय घेऊन पावलं पुढे टाकावी लागतात. आपल्या पावलांची दिशा कोणती बाबू?

बाबू : उत्तर दिशा बापू!

बापूराव : करेक्ट! म्हणजे आपला प्रवास उत्तरेकडे चालू आहे.

बाबू : खरं तर तुमच्याबरोबर माझा प्रवास चालू आहे उत्तरेकडे!

बापूराव : तुला का नेतोय उत्तरेकडे?

बाबू : कारण मला नोकरी नाही. अर्धवट शिक्षण.

बापूराव : आणखी?

बाबू : आणखी तुम्ही म्हणाल ती कारणं बापू!

बापूराव : अरे गाढवाच्या लेकाऽऽ आपण चालण्याची दिशा उत्तरच का निवडली?

बाबू : कारण ती दिशा पवित्र आहे.

बापूराव : चूक! मार्क शून्य! गाढवा, आपली मनं कशी आहेत?

बाबू : अशांत!

बापूराव : बरोबर. आणि उत्तरेकडे काय आहे?

बाबू : गंगा, हिमालय...

बापूराव : कर्म माझं! अरे, जशी मनं अशांत आहेत तशी उत्तरेला काय आहे?

बाबू : अशांतता.

बापूराव : म्हणजे अशांत मनं जर अशांत असलेल्या दिशेला गेली, तर काय होईल?

बाबू : काट्याने काटा निघेल आणि आपली मनं शांत होतील!

बापूराव : अशांत गोष्टीचा काय होतो?

बाबू : स्फोट! बॉम्बसारखा!

बापूराव : मनाच्या अशांततेची कारणं सोदाहरण स्पष्ट करा!

बाबू : माझे मन इतके अस्वस्थ आहे... इतके अशांत आहे की, जणू मन ज्वालामखीच्या कमोडवर बसल्यासारखे वाटते! संताप, राग ही परिमाणे तोटकी ठरतील. शिक्षणातील अपयश, धंदा करण्याची कुवत नाही, नोकरी मिळत नाही. रिकामा गॅस सिलिंडर लवकर बदलून मिळत नाही. रेल्वेची तिकिटे लवकर संपतात, कामासाठी सगळे पैसे मागून घेतात. ह्याशिवाय वाढत्या वयाचा परिणाम होतो. खजीलता वाढत जाते. घरी राहणे संकोचाचे वाटते. बाहेर पडायला धीर नाही. रस्ते हासुद्धा स्वतंत्र विषय. तुंबलेली गटारे, वाढती रहदारी, पेट्रोल अचानक संपणे, रॉकेल न मिळणे. पोस्टाची पत्रे वेळेवर येत नाहीत, त्यामुळे मुलाखतीला जायला उशीर. तिथं गेल्यावर वशिले आणि चिठ्ठ्या. परिस्थितीचे जायंट-व्हील गरगरतच राहते किंवा आपला स्टॉप कधी येणार, कळत नाही. किंवा स्टेशनवर गाडी न थांबता निघून जाते. हॉटेलात गेल्यावर हवा असलेला पदार्थ संपलेला असतो.

डोकं दुखल्यासारखं वाटतं, पण गोळी घेऊन बरे झाल्यासारखेही वाटते. म्हणजेच जीवनाच्या राईसप्लेटमध्ये भात नाही किंवा गळ्यात मंगळसूत्र असून कपाळावर कुंकू नाही- अशी अवस्था. बापू, प्रश्न किती मार्कांचा आहे? अजून विस्तार करू?

बापूराव : शाब्बास! विस्तार पुरे! आता मला असं सांग- ही कारणं देशात प्रत्येकालाच असतात, तरीदेखील उत्तर दिशा अशांत का?

बाबू : उत्तर येत नाही! अवघड आहे.

बापूराव : उत्तर सोपं आहे. असं बघ- समजा, आपल्या देशाचा भव्य सर्वधर्म समभावाचा गणेशोत्सव करायचा ठरवलं, तर विसर्जनासाठी पहिले मानाचे गणपती कुठले असतील?

बाबू : हात्तीच्या! पहिला हिंदू, मग मुसलमान... त्यानंतर मग शीख, बौद्ध ख्रिश्चन इत्यादी नंबरांच्या मारामाऱ्या.

बापूराव : बरं वाटलं बाबू! तुझ्या तोंडून तुझ्या धर्माचं नाव प्रथम ऐकल्यावर खरंच समाधान वाटलं. अरे, देवाचं नाव कुणीही घेईल, पण धर्माचं नाव लोक विसरतात. जे विसरत नाहीत, ते जास्त संख्येने राहतात. कुठे? तर उत्तरेला. म्हणून आपल्या प्रवासाची दिशा उत्तर, बाब्या! मघाच्या माझ्या प्रश्नातली खोच लक्षात आली बाबू?

बाबू : हो! मानाचे गणपती जरी पहिले दोन हिंदू-मुसलमानांचे असले, तरी हे ठरवण्यासाठी मुळात सर्वधर्म समभावाचा का होईना पण गणेशोत्सव घ्यावा लागतो.

बापूराव : आता ह्याचा आणि अशांततेचा संबंध काय? तर मघाशी तू अशांततेची जी कारणं सांगितलीस त्यास जर धर्माची जोड मिळाली, तर मूळ कारणांची धार बोथट होते. अशांततेची व्याप्ती वाढवता येते किंवा मर्यादित राखता येते. म्हणजेच, अशांततेचा व्यवसाय नेटकेपणाने करता येतो. हे सर्व शिकण्यासाठी, मनन-चिंतन करण्यासाठी उत्तरेच्या तापल्या तव्यावर पोळी भाजण्यासाठी आपली वाटचाल चालू. कुठे?

बाबू : उत्तरेकडे.

[प्रार्थनेचे संगीत.]

बापूराव : उत्तर क्षितिजावर साम्राज्य कुणाचे?

बाबू : उत्तर ध्रुव! अढळ आणि घट्ट. विचलित न होणारा. स्वयंप्रकाशी ताऱ्याची

आपल्याच मस्तीत चालणारी झक्क विजयी लुकलुक. अविनाशी.

बापूराव : उत्तर दिशा ओळखायची ध्रुवताऱ्यावरून. आपल्या भागातल्या तमाम जनतेचं लक्ष आपल्याच मस्तीत चाललेल्या आपल्यावर आहे. अनेकांची आयुष्यं आपल्या पावलांच्या तालात आहेत. अत्यंत धीर करून पेपर वाचून विचारपूर्वक घेतलेला निर्णय वाढत्या जबाबदाऱ्यांची जाणीव करून देतो, तशीच निश्चयी मनात चलबिचल निर्माण करतो...

[प्रकाश थोडा मंदावतो. बापूराव, बाबू काहीसे गंभीर. संगीत.]

बापूराव : दिवस कलला! तिन्हीसांजा झाल्या बाबू. अशा वेळी होणारी मनाची चलबिचल आली आणि गेली.

बाबू : तरी पण अशा तिन्हीसांजेला उदास वाटतं. दिवसाचे निश्चय प्रकाशासारखे मलूल होतात. अंधार मनात घुसू बघतो.

बापूराव : तुला भीती वाटतीय?

बाबू : दिसायला जरी बापू मी तुमच्यासारखा नसलो, तरी माझ्या भीतीचं वळण मात्र थेट तुमचंच! खरं तर बापू, तुम्हीच माझी भीती!

बापूराव : माझी भीती वाटते? माझ्या रागाची, खाल्लेल्या माराची.

बाबू : तसं नाही. तुम्ही माझे निर्माते, जन्मदाते! भीती पण निर्मात्याची, जन्मदात्यात उगवलेली. अकलेनुसार ही भीती फोफावते आणि ह्या अशा वेळी मन भरून पावते.

बापूराव : कसली भीती बाबू? ह्या जंगलाची? नागमोडी वाटेची? उत्तर दिशेची? बोल ना, गप्प नको राहूस! ह्या भीतीचा उगम माझ्यात नाही बाब्या, चांगलं आणि वाईटाच्या मधे असतो. भीतीचा प्रदेश कधी अमर्याद तर कधी नुसता भास. चांगल्या–वाईटाची होते सरमिसळ आणि गुंता अडकतो वाटसरूच्या पायात. लांबची वाट अधिक लांबते. जास्त विचार करायला लावते. अचानक धोके प्रगट होतात. इशारे देऊन निघून जातात. वाटसरू पुढे निघून जातो. सरहद्दीजवळ पोचतो. पुढचा प्रदेश अनोळखी. आपल्या हद्दीजवळ एक देऊळ आहे शंकराचं. ते दिसलं की सांग. रात्रभर तिथं मुक्काम करू आणि सकाळी सूर्योदयाअगोदर सरहद्द ओलांडू.

[दूरवर घंटानाद. बाबू दुर्बिणीतून बघतो.]

बाबू : मला वाटतं, देऊळ दिसतंय पडकं एक...

बापूराव : तेच ते देऊळ. योगायोग तरी कसा म्हणतो मी! अरे बाब्या, तुझा जन्म श्रावणी सोमवारचा म्हणून नाव ठेवलं बाबरेश्वर, आपल्या कुलदैवताचं! कुणी म्हणतात, आपल्या गावच्या ह्या देवळाचा बाबर बादशहानं जीर्णोद्धार केला तेव्हापासून त्याला बाबरेश्वर म्हणतात. तेच तुझे नाव आणि आपल्या प्रदेशाच्या हद्दीवर आसरा दिला तोदेखील शंकरानेच!

बाबू : आजची रात्र फार महत्त्वाची बापू. भीतीच्या प्रदेशामधली रात्र लवकर संपली पाहिजे. बापू, रात्र कशी संपते?

बापूराव : म्हणजे?

बाबू : म्हणजे वेळ कसा जातो? जातो म्हणजे तो पुढे जातो, का जागच्या जागी असतो? आणि आपण त्याला अर्थ देतो आपल्या जगण्यानी? सगळे असे प्रश्न आजच सुचतायत मला, कारण आजची रात्र चांगल्या-वाईटामधली. बापू, खरं सांगा- तुम्ही मला कुठे नेताय?

बापूराव : प्रवासाला. प्रवास आहे तुझ्या उत्कर्षाचा, कारण त्यातून मला माझा आत्मविश्वास सापडेल.

बाबू : म्हणजे, तुम्हाला तुमचा आत्मविश्वास यावा म्हणून तुम्ही मला वापरताय?

बापूराव : अजिबात नाही. कारण तुझा होणारा वापर ही तुझ्या उत्कर्षाच्या प्रगतीची किंमत. मनाशी काही आडाखे बांधत-बांधत पुढे जाणारा मी एक सामान्य माणूस आहे.

बाबू : तिथे पोचल्यावर मी काय करायचं?

बापूराव : ज्ञानार्जन! खूप शिकायचं. मिळणाऱ्या ज्ञानाने ते जी सांगतील ती व्यावसायिक कृती करायची. त्यानी धैर्य मिळेल आणि आपल्या मेजॉरिटीची ताकद वाढेल.

बाबू : मेजॉरिटी?

बापूराव : म्हणजे बहुमताची! बहुमताची ताकद वाढली म्हणजे राष्ट्राची ताकद वाढते. सत्ता काबीज होते. तो हा रस्ता, त्याला माझा सलाम.

बाबू : बापू, तुम्ही खरं नाही बोलत. तुम्ही माझं काय करणार आहात? निबिड अरण्यात अवघ्या आसमंतात फक्त आपण दोघेच कसे बापू? गाव दिसत नाही, कुणी वाटसरू जात नाही. आपला रस्ता चुकला बापू. बापू, ही काय अशी भुताटकी...? बापू...

बापूराव : धीर धर! हद्द ओलांडल्यावर उलगडा होईल. रिकाम्या पोटी फार बोलू नाही. आईनी दशम्या दिल्यात करून. देवाचं दर्शन घेऊ. दिवा लावू आणि देवापुढे दिवा लावला की, काय म्हणायचं ते म्हणा. मग थोडं खाऊन घेऊ.

[घंटा वाजते.]

किती वारा सुटलाय! चल, हातपाय धुऊन घे.

[देवळाची घंटा. भणाणणाऱ्या वाऱ्याचा आवाज. बाबू म्हणतो.]

बाबू : दिव्या दिव्या दिपत्कार। कानी कुंडल मोतीहार ।
दिव्याला देखून नमस्कार ।।
दिवा जळे देवापाशी । उजेड पडो तुळशीपाशी ।
माझा नमस्कार काशी विश्वेश्वरापाशी ।।
(चाल बदलून-)
शांताकारं भुजगशयनं मेघवर्णम् शुभांगम्...

[बापूंनी कंदील लावलेला- घंटानाद, त्यात वाऱ्याचा आवाज. अंधारून येते.]

अंक पहिला

प्रवेश तिसरा

[भावनाबाई 'शांताकारम्' .... म्हणत असतात. हातात निरांजनाचे तबक. तुळशीवृंदावनाला फेऱ्या मारल्यासारखं करतात. तबक ठेवतात. तोंडाने स्तोत्र चालूच. रिकामा रंगमंच. स्तोत्र म्हणत खुर्ची आणून मांडून ठेवतात. दोन-चार वर्तमानपत्रे आणतात. गजराच्या घड्याळाला किल्ली देतात. बापूराव खुर्चीत बसतात. पेपरवाचन चालू. बाजूला बाबू सामान हॅवरसॅकमध्ये भरत असतो. भावनाताई येतात.]

भावना : अंगारा लावते. (बापूराव आणि बाबूला अंगारा लावतात. कोणी बोलत नाही) तो दिवस आला, तो दिवस आला म्हणत होतात; कसला दिवस आलाय, काही सांगाल की नाही? आम्ही काय बहिरे आहोत की मुके?

बाबू : बापू, आई तुम्हाला विचारतीय.

बापूराव : जेवायचं झालंय?

भावना : कधीपासून बोलावतीय! कसला दिवस आलाय?

बापूराव : प्रवासाचा.

भावना : आणि कोण चाललंय प्रवासाला?

बापूराव : मी चाललोय बाबूला घेऊन.

भावना : कुठे निघालात?

बापूराव : प्रवासाला जाऊन आल्यावर उत्तर मिळेल. चला, जेवून घेऊ. बाबू, उद्या पहाटेच निघावं लागेल. प्रवासाचं सामान घे बरोबर.

बाबू : तुम्ही मला कुठे घेऊन चाललाय बापू?

बापूराव : लांब चाललोय. ठिकाणाला नाव नाही. रिमांड होम नक्कीच नाही. दिशा उत्तर आहे. ध्येय स्पष्ट आहे. रस्ता खड्ड्यांचा आहे. धुक्यामुळे वाट अस्पष्ट आहे.

बाबू : बापू, आई रडकुंडीला आलीय. तिला समजेल असं बोला. तुम्ही इतके अस्वस्थ का? सारखे पेपर का वाचता?

बापूराव : पेपर... त्या बातम्यांत नकाशा आहे, तो मी लक्षात ठेवतो.

बाबू : डॉक्टरला दाखवायचं का आपण?

बापूराव : डॉक्टर नको. अरे, आपली मेजॉरिटी आहे. एक सत्य सांगतो. जेव्हा अधर्माची परिसीमा होते, तेव्हा धर्म आठवतो. आज पुन: पुन्हा धर्माची आठवण मला पेपर वाचून होते. पूर्वी फक्त घरातल्या घरात देव आठवायचा. विस्तवावरची राख आज उडतीय, निखारे अविनाशी आहेत. ध्येय अमलात आणल्यावर पेटवायला उशीर लागत नाही आणि एकदा पेट घेतल्यावर मग प्रगती, उत्कर्ष अन् श्रीमंती सत्ता.

भावना : तुमच्या बोलण्यावरून इतकाच बोध झाला की, तुम्ही दोघं गावाला जाणार उद्या. मला पत्ता देऊन जा, म्हणजे झालं. आणि ऑफिसच्या रजेचं काय केलंत?

बापूराव : ऑफिसचा पूर्ण पाठिंबा प्रवासाला! तर एक दिवस नेहमीसारखा ऑफिसमध्ये पेपर वाचत बसलो. प्रत्येक हेडलाईन वाचून रक्त पेटत होतं. पेपराची काळी शाईच जणू मेंदूत भिनत होती. बातमी आतडी पिळवटून टाकत होती. बातमीत रक्त सांडत होतं. अशीच तंद्री लागली असताना एकदा साहेब डोकावले रूममध्ये.

[फक्त बापूरावांवर प्रकाश. साहेब डोकावतात. साहेबांना बघून बापूराव काही बोलणार इतक्यात]

साहेब : शूऽऽऽ बोलू नका! वाचन चालू देत! तुम्ही का वाचता ते मी जाणतो, मि. धोंगडे.

बापूराव : पण साहेब...

साहेब : शूऽऽ! बोलू नका! प्रसंगाचं गांभीर्य कमी लेखू नका! प्रचंड राग आणि धर्माभिमान ह्यांचं मिश्रण दिसतंय तुमच्या नजरेत! तुमच्या दोन डोळ्यांत दिसतीय मला प्रवासाची वाट. मुलाला घेऊन तिकडे जाण्याचा तुमचा निर्णय क्रांतिकारक आहे, मि. धोंगडे. अशा प्रयत्नात साहेब मदतच करणार. दूरदर्शी, मनकवडा साहेब तुमचा म्हणजे स्टाफच्या अज्ञात

भावनांचा स्पंजच. शोषून घेतो सर्व विचार स्टाफचे! मनकवडा साहेब तुमची मदतच करणार उत्तरेच्या प्रवासाला! अरेऽ करणार, करणार! अर्ज करायचा. खास रजेची तारीख नका टाकू. मुलाला सुखरूप पोचवून आल्यावर पूर्तता करू कामकाजाची. आल्यावर आठवण ठेवा गरिबाची. पहिला सलाम साहेबाचा. धोंगडेसाहेब, तुमचा हा प्रवास म्हणजे इवलाल्या तांदळाच्या दाण्यावर अख्खी भगवद्गीता कोरावी त्या मोलाचा आहे. अरे, खुशाल वाचा पेपर ऑफिसमध्ये आणि निप्पात करा अधर्माचा. वाटतं, जणू ह्याच क्षणाची तुम्ही वाट बघताय. केवढी ही साधना! अमाप तपश्चर्या आणि मोठ्या तपश्चर्येचं फळदेखील मोठं. दण्णं! दण्ण्या फटाक्यासारखं!

बापूराव : पण...

साहेब : शूऽऽ! बोलाचं नै! कृती कराची. निघा! शुभास्ते पंथनः संतु!

[साहेब अंधारात. बापूराव, बाबू आणि भावना प्रकाशात.]

बापू : तेव्हा ऑफिसचा काही प्रॉब्लेम नाही. पूर्ण पाठिंबा आहे. उद्या पहाटे निघतो. थोड्या दशम्या द्या करून. चवीला अंमळ लोणचं असू द्या आणि बातमी गुप्त ठेवा. विश्वास ठेव माझ्यावर भावना, बाबू सुखरूप राहील. परत आल्यावर तो इतका बदलला असेल की, वाटेल एक नवाच पुत्र जन्माला आलाय! विश्वासानी इतकी वर्षं खांद्यावर ठेवलेली मान कापू नका! पत्ता कृपा करून मागू नका. उद्या पहाटे आम्ही जाताना आवरलं नाही रडू, तर पहाटेच्या धुक्यात अनोळखी वाटेवर जाऊन मनसोक्त रडा. म्हणजे ऐकू आले तर हुंदके येतील, पण रडणारं माणूस दिसणार नाही आणि पहाटेच्या पक्ष्यांच्या आवाजात तुमचा हुंदका निस्तेज होत जाईल. मी आत कपडे आवरतो. तुम्ही दशम्यांचं बघा. (जातात.)

[भावनाताई केविलवाण्या. बाबू उभा]

भावना : बाबू, हा उरलेला अंगारा ठेवून दे! रोज सकाळी लावत जा आणि पत्र टाक नियमित. का असं वागतात हे रे?

(भरून येते.)

बाबू : मला माहीत नाही आई! तुमच्या कोणत्याच अपेक्षा मी पुऱ्या केल्या नाहीत. कुवतीनुसार केलं. आई, कुवत कशी वाढवून मिळते? अशा प्रवासानी ती वाढेल? आई, माझी मर्यादा मला फार लवकर समजते.

त्यामुळे गुडघ्यात मान जाते आणि पावलं वडिलांमागोमाग जातात- स्वतःचा विचार न करता! माझ्या ह्या निर्णयाला कोणत्याच विचाराचं पाठबळ नाही. उत्तरेकडे मी जाऊ नये, असं वातावरण भोवती नाही. विश्वास ठेव आणि निर्धास्त राहा.

भावना : म्हणजे तुम्ही उत्तरेला चाललात?

बाबू : हो! आणि पत्ता जरी नसला तरी एक सांगतो- बापू म्हणाले, अनोळखी रस्ता थेट सरहद्दीपर्यंत जातो. हद्दीवर एक देऊळ आहे शंकराचं. त्या मंदिरात आम्ही रात्रीचा मुक्काम करणार आणि सकाळी सरहद्द ओलांडून उत्तरेला जाणार.

भावना : असं सांगू मी तिला?

[बाबू चमकतो.]

बोल ना? असं सांगू का मालूला? माझं एक ठीक आहे, मालूला मी काय सांगू? काळजीनं रडवेली होईल पोर! जीव लावून ठेवलायस तिला, निदान निरोप घेऊन जा तिचा!

बाबू : आली होती मालू?

भावना : आता येईलच ती! रोज नाचाचा क्लास संपला की, परतताना डोकावते.

[घुंगरांचा आवाज येतो. कुणी तरी चालत येत असावे.]

बाबू : आई, मालविका येतीय. मी काय सांगू? तिला सांग मला विसरून जा! अजून तिच्या घरच्यांना काही माहीत नाही. मला नोकरी नाही.

भावना : ती येतीय... तूच काय ते सांग! अशा नात्यात आम्ही उपरे ठरतो. मी दशम्या करून ठेवते.

[भावनाताई आत जातात. घुंगरांचा आवाज मोठा होत जातो. ठसक्यात पदन्यास टाकत १९-२० वर्षांची देखणी मालविका प्रवेश करते.]

मालविका : (निरागसपणे) अय्याऽऽ तू आज घरात कसा?

[बाबू स्तब्ध.]

मालविका : आई आहेत घरात? बापू आले कामावरून?

[बाबू बोलत नाही.]

सगळे गप्प का? रागावलास? क्लास संपला तशी आले नेहमीसारखी. मला वाटलं... आणि हे काय, तयारी कसली? कोण चाललंय गावाला? बापू? बोल की बाबू....

बाबू : डान्सचा क्लास संपला ना?

मालविका : मघाशीच.

बाबू : आणि घुंगरं न काढताच आलीस? किती वेळा सांगितलं मालू, रस्त्यानी घुंगरं घालून चालू नाही.

मालविका : सवय व्हावी म्हणून चालते. आणि सोसायटीतच तर आहे क्लास. कोण चाललंय गावाला?

[बाबू गप्प.]

बघ- परत गप्प! सांग ना मला! तू चाललायस ट्रेकला, मग मी पण येते. मी देऊ भरून तुझे कपडे?

बाबू : नको गंऽ आणि किती जवळ येतेस! आता मोठी झालीस तू माले. हे बघ- मी ट्रेकला नाही, गावाला चाललोय!

मालविका : गावाला कशाला? नोकरीचा इंटरव्ह्यू आहे?

बाबू : नाही गं, काम आहे! तू जा बरं. हे बघ, मी महत्त्वाच्या कामाला निघालोय. कदाचित मी... मी परतसुद्धा येणार नाही.

[मालविका त्याच्या गळ्यात पडून भोकाड पसरते.]

नाहीऽ नाही! हे बघ, म्हणजे येईनसुद्धा परत. पण खूप उशीर होईल.

मालविका : (रडत) मी वाट बघीन.

बाबू : किती वर्षं? सांग! किती वर्षं वाट बघशील? म्हातारी होऊन जाशील. माझी आठवण जाईल निघून आणि फक्त वाट बघणंच उरेल. बसल्यात आपल्या मालूताई वाट बघत. बाबू काही येत नाही. कोण बाबू, ठाऊक नाही आणि वाट बघणं मात्र चालू!

मालविका : मग तू आत्ताच लग्न करून जा. मी भटजी आणू?

बाबू : अगं, काय तुझं वेड्यासारखं! भटजी काय आणू? लग्न काय करू?

मालविका : म्हणजे तू विसरणार नाहीस.

बाबू : माझ्या विसरण्याचा प्रश्न नाही मालू ... तू मला विसर.

मालविका : ठीक आहे, विसरले. पुढे?

बाबू : पुढे काय काय? मला विसर म्हणजे, मी आता नाही. मला... मी तुझा नाही असं समज, कारण मी परत येईन तेव्हा पूर्ण बदललो असेन. तू मला ओळखू शकणार नाहीस.

मालविका : का? दाढी वाढवणार आहेस, की टक्कल पडणार तुला?

बाबू : तसं नाही आणि तू जरा लांब उभी राहा बघू! बदलणार म्हणजे,

आतून बदलणार- मनातून! म्हणून म्हणतो, मला विसरून जा! छान नाच शिक! लग्न कर... सुखात राहा.

मालविका : ते तू नको सांगायला. मी नेहमीच सुखात असेन अणि तुला विसरणार नाही. अनोळखी झालास तर भोवती नाचून फेर धरत खेचून आणीन परत माझ्याकडे! तेवढी ताकद आहे माझ्यात. जायचंय तुला न सांगता लांब... पत्ता न देता... खुशाल जा! मी अजिबात आठवणार नाही. रडणार नाही. माझे डोळे भरून येणार नाहीत. काजळ फिस्कटणार नाही. ताल चुकणार नाही. जा, तू जा! नाही तुझी आठवण काढून-काढून तुला प्रवासात उचक्या आणल्या, तर नावाची मालविका नाही! उचक्या देऊन-देऊन पोट दुखेल तुझं आणि येशील मग परत धावत.

बाबू : (तिचे हात धरत) असं नाही मालू, हे फार वेगळं आहे.... वेगळ्या पातळीवरचं आहे. तू फार भोळी... फार खरी आहेस. खोटेपणाची खरकटी कधी काढली नाहीस. तो ओटा वेगळा, स्वयंपाक वेगळा. खोट्याची शब्दकळाच वेगळी. नीट विचार करून सगळ्याला सामोरी जा. मी येऊ का घरापर्यंत?

मालविका : (हात झटकत) काही नकोऽऽ जाईन मी! कशाला धरलेस माझे हात?

[मालविका हात झटकून तालावर पावलं टाकू लागते. तबला सुरू होतो, बोल घुमतात आणि मालविकाचा नाच सुरू होतो. नाचताना मालविका म्हणते-]

खुशाल जा! जाताना माझा हसरा चेहरा बघून जा! तुला दिलेल्या निरोपाचा नाच बघून जा!

[बाबू अस्वस्थपणे नाच बघतो. मालविका भान हरपून नाचत असते. नाचाच्या शेवटी धुपाचा धूर येऊ लागतो. अंधारून येते.]

अंक पहिला

प्रवेश चौथा

[पहिल्या प्रवेशाच्या अखेरीप्रमाणे माधवराव, मंदाताई आणि भावना. मंदाताई खूप रागावलेल्या आहेत. त्यांचं बोलणं सुरू झाल्यानंतर अगोदरच्या दृश्यातील मालविकाच्या नाचाचे संगीत कमी होत जाते. मंदाताई माधवरावांना]

मंदा : बघितलीत? बघितलीत तुमच्या लाडक्या कन्येची मुक्ताफळं? तरी बजावीत होते, मालीला डान्सच्या क्लासला घालू नका! म्हटलं, रोज उशीर तरी का होतोय घरी यायला? ह्या धोंगडीणीच्या बाबूनं नादावली तिला! प्रवास करतात डोंबलाचा!

भावना : माझं जरा...

मंदा : अक्षर बोलू नका! राग आलाय तुमचा! कुठून तुमचे हुंदके ऐकले, असं झालंय.

माधवराव : तरी मी हा रस्ता नको म्हणत होतो. आता केसानं गळा कापला ना त्या बापूच्या कारट्यानं? शेजारधर्माचे छान पांग फेडलेत धोंगड्यानं! कलेची आवड म्हणून नावाच्या क्लासला घातली. तुम्ही तिला सारखं मालू-मालू करायचा. वाटलं, हेतू वात्सल्याचा असेल. तुमचा बाब्या भलताच वस्ताद निघाला आणि पोरीला नादावून गेला.

मंदा : बाबूचं मी म्हणते, एक ठीक आहे. आहे तो बेकार आणि बिनडोक, पण आपल्या मालूनं तरी बाबूच का निवडावा?

माधवराव : (संतापाने) निवडावा? अंऽ निवडावा? अरे, निवडलाय कुणी? कुणाला निवडलंय? अरे वा! काय मोगलाई आहे काय! भावनाताई, माझी पोर बाबूच्या गळ्यात बांधावी इतकी जड नाही झाली मला! म्हणे, निवडला! नेहमीचे रस्ते सोडून चालायचं, हुंदक्याच्या मागं

धावायचं! किती मस्त धुकं, किती मस्त धुकं करीत सुटलात! पडली ना घोंगडीण गळ्यात?

माधवराव : छेऽ छेऽ छे! माझी मालविका बापू धोंगड्यांची सून? कदापि नाहीऽऽ त्रिवार नाही!

मंदा : तो बाब्या प्रवासावरून परत यायच्या आत कार्टीचं ठरवलं पाहिजे.

माधवराव : ठरवलं नाही, उरकलं पाहिजे. भावनाताई, आता यापुढे कितीही हुंदके दिलेत तरी आम्ही लक्ष देणार नाही. तुम्ही खुशाल भोकाड पसरा!

[चाळांचा आवाज येतो, तो ऐकत]

मंदा : अहो, रस्ता निर्मनुष्य नाहीये. कुणी तरी येतंय. शूऽ क्! ऐका! (दोघे कान लावून ऐकतात. चाळांचा आवाज मोठा होत जातो.)

चाळांचा आवाज? अगो बाईऽ म्हणजे ही कार्टी पहाटेची चाळ बांधून घराबाहेर पडली की काय?

माधवराव : काही तरीच काय! माली कशाला येतीय इथं मरायला! भिकारी असेल एखादा.

मंदा : भिकारी कशाला चाळ बांधून फिरतोय? फार फार तर कलेचा भिकारी म्हणा.

माधवराव : हंऽ धुक्यात विनोद नकोयत! आवाज ऐका.

[आता पदन्यासाबरोबर तबल्याचा ठेका, पाठोपाठ मालविकाच्या आवाजात घुमणारी हाक. मालविका प्रवेश करते. निरागस. वयाच्या मानाने खोटी वाटेल इतकी निरागस. ती भावनाताईंना बघते. आई-वडील बाजूला. त्यांच्याकडे तिचे लक्ष नाही.]

मालविका : सापडलात बाई एकदाच्या! किती वेळा चुकले मी वाट. बाबू खरंच गेला पहाटे उठून? तुम्ही त्यांना एकटं कसं सोडलंत दोघांना?

भावना : मला बरोबर न्या, असं खूप विनवलं. पण मला जाग यायच्या आधीच निघून गेले. कोण नेणार मला आता?

मालविका : मी नेईन. जायचंय तुम्हाला त्यांच्याबरोबर? मी पोचवते तुम्हाला हद्दीपर्यंत.

भावना : तू? तुला माहितीय ते शंकराचं देऊळ?

मालविका : रस्ता नाही माहीत जायचा, पण युक्त्या माहितेत हजार!

[माधवराव खाकरतात. मालविका वळून आई-वडिलांना बघते. चकित होते.]

मालविका : अय्याऽऽ तुम्ही? किती योगायोग! अनोळखी रस्त्यावर आपली माणसं किती ओळखीची भेटतायत.

माधवराव : माले, आधी घरी चल. काय करून बसलीस बाबूबरोबर? तुझे आणि त्याचे संबंध संपलेत, असं समज.

मालविका : घाबरू नका भावनाताई, जस्ट इग्नोअर देम!

भावना : अगं, पण मला संकोच होतो. प्रत्यक्ष जन्मदाते तुझे माले.

मालविका : म्हणूनच म्हणतीय, इग्नोअर देम्! दुर्लक्ष करा. बाबूनी दिलं तुमच्याकडे लक्ष? गेला ना सोडून? हे दोघे ह्या रस्त्यावर नाहीत, असं समजा.

माधवराव : बघितलंत मिसेस धोंगडे, प्रत्यक्ष बापाचा मामा केलेला बघितलात? अगं, तू घरी ये.

मंदा : ती घरी कशाला येतीय आता! माले, मी तुला आणि तू मला मेलीस, असं समज. चला हो घरी.

[दोघे जातात. मालविका खळखळून हसते.]

मालविका : मी तुला आणि तू मला मेलीस असं समज, म्हणजे प्रत्यक्ष मरू नकोस!

भावना : मालू, तू पण जा घरी. लहान आहेस पोरी, अजाण आहेस. माझं दुःख भोगेन मी एकटी. जन्मभर दुःख सोसायची आणि किती सोसली अशी फुशारकी मारायची.

मालविका : निराश होऊ नका हो! मी बघा- झालीय निराश? वाटतंय वाईट मला? एकदम कृती करायची. केले की नाही आमचे आई-वडील गप्प? आता तुम्हाला मी सरहद्दीजवळ पोचवणार म्हणजे पोचवणार.

भावना : अगं पण कशी?

मालविका : सोसायटीत ओळखी आहेत माझ्या. ते मदत करतात. आमच्या नाचाच्या क्लासचे कार्यक्रम स्पॉन्सर करतात. त्यांच्या खूप ओळखी, त्यांच्यातले तीन लोक माझ्या ओळखीचे. ते पाहा, निरोप ठेवून आलेले होते, लगेचच आले अगदी बाई. आगीचे मेले बंब आहेत, बंब!

[प्रार्थनेचे गाणे वाजते. ते म्हणत काही लोक येतात. एकाच्या हातात मोठ्ठा हॅलोजन लॅम्प डोक्याच्या वर आलेला. त्यातील एक जण भावनाताईंशी...]

इसम : काय वहिनी, आहे का ओळख की विसरलात? आठवा-आठवा

म्युनिसिपल कॉर्पोरेशनची मागची इलेक्शन! सगळा अंधार होता तुमच्या घराभोवती. आता बघा- सर्वत्र हॅलोजन दिवे. भारतात सर्वांत जास्त हॅलोजन दिवे लावणारा तो नगरपिता मी! माझं नावच नगरपिता हॅलोजनवाले, वहिनी. गाव तिथे एस्. टी. आणि रस्ता तेथे हॅलोजन, हे आमचं ब्रीद! अरे, बघून-बघून दारिद्र्यच बघायचं तर जरा लख्ख प्रकाशात बघा, म्हणजे रात्रीच्या एकांतात प्रत्येक नागरिकाच्या मनात लाज वाटेल. त्यासाठी हा हॅलोजनवाला तत्पर आहे. अगदी सरहद्दीपर्यंत दिवे लावण्याची तयारी आहे आमची! आता स्वतःचीच जास्त ओळख करायला सांगून वहिनी, गरिबाला लाज आणू नका.

भावना : अगोऽ बाई! आणि हे कोण?

नगरपिता : हे कोण? वहिनी, सोसायटीच्या प्रमुख तीन आधारस्तंभांपैकी हे दुसरे. गावातले फार मोठे बिल्डर! वास्तू सिलिंगकर ह्यांचं नाव. वहिनी, नुसती सिलिंगमधली जागा दाखवायची आणि निर्धास्त राहायचं! वास्तू लगेच तयार! जमीन जितकी कॉम्प्लिकेटेड जास्त तितका ह्यांचा क्रियाशील आनंद जास्त! छूऽ म्हणून सोडलं ह्यांना, तर धाड्कन एफ. एस. आय. वाढवून आणतील!

[इतक्यात एक किडकिडीत मनुष्य, वय ५० चा, तुरुतुरू चालत प्रवेश करतो. ट्रेकिंगचा पोशाख, गळ्यात दुर्बीण, डोक्यावर कानापर्यंत टोपी. अत्यंत उत्साही. उत्साहाचा अतिरेक जाणवावा.]

वास्तू : आणि हा बघा, तीन आधारस्तंभांमधला तिसरा. हो वहिनी, हेच ते ज्यांचे फोटो पेपरातल्या रंगीत पुरवणीत पुन: पुन्हा येतात- तेच हे प्रसिद्ध पक्षितज्ज्ञ, ट्रेकर, किल्ले आणि किडे एक्स्पर्ट आणि 'लाथ मारा-झाडे वाचवा' ह्या मोहिमेचे जनक विहंग पर्यावरणकर. आजन्म ब्रह्मचारी. तरुणांचे लाडके, वयस्कांचे चाहते आणि वृद्धांचे कुलगुरू! 'अंटार्क्टिकचे कावळे' या प्रसिद्ध पुस्तकाचे लेखक.

भावना : कुठले कावळे?

वास्तू : 'अंटार्क्टिकाचे कावळे' वहिनी! ज्याला आपण पेंग्विन-पेंग्विन असं म्हणून चिडवतो, ते आहेत. मूळचे आपले देशी कावळे. उन्हाळ्यापासून बचावासाठी अंटार्क्टिकापर्यंत पोचले उडत आणि काळाच्या ओघात, उत्क्रांतीच्या भरात त्यांचे पंख गेले उडून; आता बसलेत बर्फात

डुगू डुगू डुगू डुगू चालत. ते पुस्तक ह्यांचं! शिवाय 'हिमालयातील स्थलांतरित घुशी' हा आंतरराष्ट्रीय गौरवलेला प्रबंध ह्यांचाच. बघा, कसा हसतोय गालातल्या गालात. आमचा जानी दोस्त बरं का वहिनी, अगदी लहानपणापासूनचा. आम्ही बरोबरच वाढलो. सिलिंगच्या जमिनीबद्दल त्यांनी आधी बोंब मारायची, आंदोलनं करायची; मग नगरपिते मध्यस्थी करून समझोता घडवून आणतात. मग आम्ही पर्यावरणाचं महत्त्व मान्य करून ह्यांच्या फाउंडेशनला देणगी द्यायची, सोसायटीची कामे करायची. असे आम्ही तीन शिलेदारच म्हणा.

[विहंग दुर्बिणीतून काही तरी बघण्यात मग्न.]

काय बघताय विहंगराव?

विहंग : शूऽऽ! बोलू नकोस, उडून जातील.

भावना : अगं बाईऽ कोण उडतील?

विहंग : रशियन चिमण्या! कालच आल्या. थंडीपासून बचाव व्हावा म्हणून बिचाऱ्या इतक्या लांबवर उडत येतात.

भावना : रशियन चिमण्या! म्हणजे आपल्या अंगणातल्या चिमण्यासुद्धा इंपोर्टेड असतात? त्यासुद्धा का भारतीय नाहीत?

विहंग : चुकता आहात वहिनी, आपल्या चिमण्या मिक्सड् आहेत. संमिश्र आहेत. आता ह्या ओळखायच्या कशा? तर, रशियन चिमण्या किंचित लठ्ठ असतात आणि नीट बघितल्यास दिसतं की, त्यांची मान किंचित डावीकडे कललेली आहे. माझ्या पुढच्या पुस्तकात मी ह्याचाच ऊहापोह केलाय. पुस्तकाचं नाव दिलंय 'क्रेमलिनची चिव चिव!' (दुर्बिणीतून पाहात) अरे वा! यंदा कोण कोण आलेत पाहुणे! बघा वहिनी, तुम्ही बघा!

भावना : (दुर्बिणीतून पाहात) अहोऽ पोपट दिसतोय!

विहंग : दिसतोय म्हणू नका वहिनी, वर्णन करा. रंग?

भावना : हिरवा.

विहंग : चोच?

भावना : लाल. आणि मानेभोवती सोनेरी पट्टा, पंख मात्र हिरवेगार.

विहंग : देश?

भावना : देश?

विहंग : देश! देश! एवढ्या वर्णनावरून वहिनी, पोपटाचा देश कळलाच पाहिजे.

भावना : अहो, देश समजायला पोपट काय पासपोर्ट घेऊन फिरतात चोचीत?

विहंग : मी सांगतो. हा आहे रूमेनियन पोपट, पूर्व युरोपमधून आलेला.

भावना : कशावरून?

विहंग : (ओरडत) ग्लासनोस्त! ग्लासनोस्त!

[आतून पोपटाचा आवाज येतो : पपी दे! पपी दे!]

पटली खात्री? आणि हंगेरियन पोपटाचे वैशिष्ट्य म्हणजे ते पेरू खात नाहीत, फक्त खजूर खातात. आणि दुसरं म्हणजे रूमेनियन पोपट चावट नसतात, पण अत्यंत आगाऊ आणि उद्धट म्हणून हे पोपट प्रसिद्ध! आता बघा हं वहिनी- पपुआऽ पपुआ! ग्लासनोस्तऽ ग्लासनोस्त!

[आतून पोपटाचा आवाज : पपी दे! पपी दे!]

पपुआ, पपुआ! पेरू देऊ? पेरू देऊ?

[आतून आवाज : खा तूच! खा तूच!]

पेरिस्ट्रॉयका! पेरिस्ट्रॉयका!

[आतून आवाज : तोंडात मारू का? तोंडात मारू का?] बघितलं? पटली खात्री? आता वहिनी, चला कामाला लागा! प्रवासाची तयारी करा. तुमची अडचण समजली. उद्या पहाटेच्या आत सरहद्दीवरच्या शंकराच्या देवळापर्यंत पोचवण्याची जबाबदारी आम्ही घेतली! ह्या जंगलातली खडा अन् खडा माहिती ह्या विहंगाकडे आहे. असा शॉर्टकट शोधून काढतो की, सकाळी बापूरावांना तुम्हाला बघून वाटेल- स्वप्न की सत्य? तेव्हा वहिनी, चिंता सोडा आणि पोशाखऽऽऽ!

[प्रार्थनेचे संगीत वाजते. भावनाताई बूट, हॅवरसॅक, टोपी, ट्रान्झिस्टर, गॉगल, थर्मास इ. सामान मालविकाच्या मदतीने घालतात. खुर्चीत बसतात. सोसायटीचे लोक डोलीसारखी खुर्ची खांद्यावर घेतात. संगीताच्या तालावर प्रवास सुरू. संगीताचा ठेका सुरू. खुर्ची खांद्यावर घेऊन मंडळी गोल फिरतात आणि खुर्ची खाली ठेवतात.]

विहंग : हा-हा म्हणता सुरू झालेला प्रवास वहिनी, हा-हा म्हणता संपला. आपण हद्दीजवळ पोचलोसुद्धा! शूऽऽऽ वहिनी, डोळे किलकिले करून बघा. पहाट होतीय. ते बघा- शंकराचं देऊळ!

[छोटा देवळाचा कटआऊट दिसतो. बापूराव आणि बाबू झोपलेले]

पलीकडे दिसतायत ते दोन जीव म्हणजे बापूराव आणि

बाबू! आम्हाला रजा द्या वहिनी! त्यांना जाग यायच्या आत गेलेलं बरं. झुंजूमुंजू होण्याच्या आत आम्हाला पोचायला हवं सोसायटीत. वहिनीऽ आता तुम्ही, तुमचा संसार आणि त्रिकुटाचा अज्ञात प्रवास! आमची हद्द संपली! शुभास्ते पंथानः सन्तु!

[सगळे खुर्ची घेऊन 'झुंजूमुंजू' असे हमिंग करत निघून जातात. शांतता. भावनाताई एकट्या स्टेजवर. बापूराव आणि बाबूकडे पाहतात. ते दोघे गाढ झोपलेले. सकाळच्या वातावरणात भूपाळी ऐकू येते. भावनाताई थर्मासमधून चहा ओततात. कप तयार करून नेतात. भूपाळीचा आवाज मोठा. दोघे जागे. समोर चहाचे कप आणि साक्षात भावनाताई उभ्या. तिघे चहा घेतात.]

भावना : सोसायटीच्या लोकांनी आणून पोचवली. मला एकटीला टाकून गेलात... मालूनी मध्यस्थी केली.

[चांगलं उजाडलेलं आहे. देवळातील घंटा वाजते.]

भावना : चला बापू, सरहद्द ओलांडण्याची वेळ झाली.

(देवळाला नमस्कार करत) बाबरेश्वरा, तुझ्यावर भिस्त बाबा! पोराला, घरच्या धन्याला सुखरूप परत आण बाबा.

[बापू नमस्कार करतात. भावनाताई, बापूराव, बाबू विंगेत दिसेनासे होतात. घंटा वाजते.]

[हळूहळू शांतता. बाबू, आई आणि बापू तिघे रंगमंचावर एकत्र अनोळखी प्रदेशात आल्यासारखे बावरलेले.]

बाबू : सरहद्द ओलांडल्यावर किती शांत आहे सगळीकडे!

बापूराव : शूऽऽऽ हळू बोल.

बाबू : तुम्ही नकाशा आणलाय?

बापूराव : नकाशा नाही, पण निरोप आणलाय! सरहद्द ओलांडल्यावर एक कि. मी. अंतर सरळ चालत जायचं.

भावना : आणि मग?

बापूराव : मग ब्यूगल वाजेल.

[लष्करी ब्यूगल वाजतो. तिघे घाबरून घट्ट उभे. फक्त त्यांच्यावर प्रकाश.]

बाबू : बापू, तुम्ही म्हणालात तसंच होतंय.

बापूराव : शूऽऽऽ

[परेडचा आवाज चालत येतो. ड्रम सुरू होतो. वेगळेच वातावरण निर्माण होते. आता धीरगंभीर आवाज येतो. पुरुषाचा आहे. माणूस दिसत नाही, पण आवाज मेगफोनवरून यावा तसा.]

आवाज : या! बापूराव धोंगडे, तुमचं स्वागत करतो– खरं तर अभिनंदन करतो. इकडे येण्याचा तुमचा निर्णय क्रांतिकारी आहे. तुम्ही दोघे येणार, असा निरोप होता. कुणी तिसरी व्यक्ती आहे का बरोबर?
[तिघे एकमेकांकडे बघतात.]
मी विचारतोय मि. धोंगडे, बांगड्यांचे आवाज का येतायत?

बापूराव : तरी सांगत होतो येऊ नकोस म्हणून. कशाला तरफडलीस मागे मागे...? काय उत्तर देऊ मी त्यांना?

भावना : अहो, असं काय बोलता? माझाही मुलगाच आहे ना? राहावलं नाही, म्हणून आले.

आवाज : तिसरी व्यक्ती कोण?

बापूराव : सांगतो. तिसरी माझी पत्नी– भावना! नमस्कार कर ना!

भावना : कोणाला करू?

बापूराव : आवाजाला कर.

भावना : खाली वाकून करू?

बापूराव : कसाही कर, पण लवकर कर. शब्द थांबलेत त्यांचे.

भावना : आवाज, नमस्कार करते हं! (खाली वाकून नमस्कार करते.)

बापूराव : राहावलं नाही म्हणून ही आली साहेब!

आवाज : ठीक आहे, ते आम्ही गृहीतच धरलं होतं!

बाबू : (घाबरलेला) बापू, हे कोण आहेत? दिसत का नाहीत? मला त्यांच्याकडे सोडणार? माझं... माझं तुम्ही काय करणार आहात बापू?

बापूराव : (आवाजाच्या रोखाने) काही नाही, मुलगा घाबरलाय माझा. पहिलीच वेळ आहे त्याची आणि आमची पण. नुसता आवाज येतोय ना तुमचा, अजून दर्शन नाही. त्यामुळे जरा वाटतंय त्याला. तुम्ही दिसा ना साहेब, फार लांबून चालत आलोत. प्रत्यक्ष दर्शन झालं तर सार्थक होईल साहेब.

भावना : होय साहेब, तुम्ही आम्हाला दिसा ना एकदा. थोडा वेळ दर्शन द्या!
[ड्रम्स् वाजतात. परेडची पावलं. तिघे बावरून उभे. दोन माणसे लष्करी पोशाख घातलेली प्रवेश करतात. हातात स्टेनगन्स्.]

बापूराव : नमस्कार! वाटलं, आमची भाषा समजतीय की नाही? क्योंकी राष्ट्रभाषा की हमारी थोडी बोंब है इसलिए आप संभालके लेना-क्या?

इसम १ : काळजी नको! आमचं सेन्टर जरी उत्तरेकडे असलं, तरी सर्व जातींच्या, धर्मांच्या आणि वंशांच्या भाषेशी आमचा जवळचा संबंध. त्यामुळे अनेक भाषा आम्हाला शिकाव्याच लागतात.

बापूराव : फार उत्तम धोरण आहे तुमचं! खूप ऐकून होतो पेपरमधून रोज तुमच्याबद्दल. टीव्हीवर पहिली बातमी तुम्ही सोडत नाही. कधी फोटो तर कधी ओळीनं लावून ठेवलेली शस्त्रं, बॉम्ब, रक्ताचे डाग. खरं तर इतक्या विविध आकारांत रक्ताचे डाग पडू शकतात, हे तुमच्यामुळं आम्हाला कळलं. शोक करण्याचे अनेक नमुने माहिती झाले. पुन्हा तोच तोपणा तुम्ही अत्यंत व्यावसायिक सफाईनं टाळता. कधी बँक, कधी खेडेगाव, कधी खंडणी वसूल, तर कधी मार्केटमध्ये बेछूट नेमबाजी, तर कधी सार्वजनिक पार्कमध्ये धमाल. तुम्हाला कल्पनाही नसेल की, हा व्यवसाय किती उत्तम जम बसवू शकतो! अत्यंत आदरानं आपली कामगिरी लांबून न्याहाळणाऱ्या, देशभर पसरलेल्या आपल्या असंख्य चाहत्यांपैकी मी एक आहे. तुमच्यासारखी व्यावसायिकता साहेब, आमच्या भागात नाही. त्यामुळे साहेब, शांतता खायला उठते. इतक्या भयानक शांततेचं काय करावं, कळत नाही. म्हणून धीर केला आणि प्रवास सुरू केला. हा आमचा एकुलता एक पुत्र बाबरेश्वर. नवसानं झाला. आता ह्याच्या तोंडावर म्हणून सांगत नाही साहेब... अत्यंत सामान्य कुवतीचा पोरगा निघाला. सर्व उपाय करून थकल्यावर वर्तमानपत्रांच्या हेडलाइन्समधून आपल्या व्यवसायाचा मार्ग सापडला. साहेब, पोराला आपल्या पायावर घालतो. उत्तरेकडचे अजिंक्य साहेब, पोराला सांभाळा आणि त्याचा उत्तम व्यावसायिक अतिरेकी करा! ह्या मांसाच्या बिनडोक गोळ्याला आकार द्या. नवा विचार द्या. आमच्या भागात तसे विचारी व्यावसायिक खूप आहेत, पण कृतीनं नाही. ह्या नव्या व्यवसायातून ह्याला त्याचा आणि आम्हाला आमचा आत्मविश्वास सापडणार आहे. ह्याला मारा, झोडा, मिरचीची धुरी द्या; पण आपल्या सँडपेपरनी ह्याचा मेंदू घासून-घासून सपाट करा आणि आम्हाला चिरंतन हिंसेचा जोगवा

घाला! ओऽ उत्तरेचे अजिंक्य साहेब, पोराला उत्तम अतिरेकी करा.

भावना : पदर पसरते, दागिने गहाण ठेवते... पण हे म्हणतात तसं करा.

[ड्रम चालू होतात. ते दोघे बाबूकडे पाहतात. बाबूवर प्रकाश. तो घाबरून बापूंना...]

बाबू : बापू.... तुम्ही मला खरंच अतिरेकी करणार...? मला तुम्ही माणसं कशी ठार मारायची ते शिकवणार? बापू, मी ट्रान्झिस्टरमध्ये बॉम्ब लावून लहान मुलांच्या बागेत ठेवू? मी रुळांच्या फिश प्लेट्स काढू... मी... विमानात बॉम्ब लपवून ठेवू? बापू, तुम्ही खोटं बोललात. तुम्ही प्रवासाचं कारण लपवून ठेवलंत माझ्यापासून. खरं तर तुमच्या डोक्यावर परिणाम झाला असं वाटलं, म्हणून मी सोबत आलो तुमच्या. बापू, मला भीती वाटते. ते बघा कसे बघतायत माझ्याकडे. मला बळी नका देऊ होऽ प्लीज... मी खरंच अतिरेकी झालो, तर गंभीर परिणाम होतील. मी भयंकर होईन तुम्हाला, आईला अनोळखी होईन... बापू, मला सोडू नका, ह्या गारद्यांना माझ्यावर घालू नका! बापू, मी तुम्हालाच काय, मलाच अनोळखी होईन आणि तुम्हाला खाऊन टाकेन, राखरांगोळी घालेन रक्ताच्या ठिपक्यांची.... मालूऽऽ गंऽ मी उत्तुंग कड्यावर एकटा उभा आणि माझा बाप करतोय माझा कडेलोटऽऽ!

[नृत्याचा ठेका सुरू. मालू नाचताना दिसते.]

भावना : वेडा पोरगा! मालूच्या नावाचा कार्यक्रम आहे तिकडे, तो विसरला नाही.

[मालू नाचताना दिसते. तिच्याभोवती फिरत बाबू..]

बाबू : मालू गं... माझ्याशी बोल. माझा अतिरेकी करतायत!

[मालविका नाचताना एकदम थांबते. उचकी लागून... बाबूवर प्रकाश. तो स्थिर उभा. सगळे स्थिर. मालविका बाबूभोवती फिरत पत्र वाचल्यासारखं बोलते.]

मालविका : प्रिय बाबू, नाचताना आज गंमत झाली. अचानक मालूला उचकी लागली. कुणी तरी मालूची आठवण काढली. सगळे आलेत कार्यक्रमाला, फक्त तू नाहीस. मोठा हो, खूप अनुभव घे आणि अनोळखी प्रदेशातून शहाणा होऊन ये. पुढचा प्रवास आपल्या दोघांचा. तू कधीपण ये. पत्र नाही पाठवलंस तरी चालेल. कितीही

बदललास तरी तुझीच राहणारी, डोळे मिटून आठवणींच्या तालावर नाचणारी, पत्ता नसताना पत्र लिहिणारी, नाचता-नाचता उचकी लागली म्हणून थांबलेली... फक्त तुझीच मालू.

[मालू नाचता-नाचता अदृश्य. बाबूला दोन इसम धरतात. केस पकडून ठेवतात. दोघांच्या मुद्रा मात्र अविचल.]

इसम १ : काळजी करू नका वहिनी, हळूहळू होईल शांत.

इसम २ : निर्धास्तपणे परता आपल्या घरी.

इसम १ : परत जाईपर्यंत वस्तीत तुमच्या फिरली असेल दवंडी, होईल तुमचं स्वागत भव्य आणि जंगी!

इसम २ : रडतोय आता, दुर्लक्ष करा. उत्तम शिक्षण देतो त्याला.

इसम १ : एक मात्र करा, ठेवू नका आमच्याशी संपर्क.

इसम २ : लक्ष असेल आमचे बारीक तुमच्यावर.

इसम १ : तुमच्या वस्तीवर.

इसम २ : सोसायटीवर.

इसम १ : शिक्षण ह्याचे संपताच एक दिवस बाबू तुमच्या घरी येईल. अचानक, न बोलावता.

इसम २ : अंतर्बाह्य बदललेला बाबू सामावला जाईल हलकेच वस्तीत.

इसम १ : इतका बेमालूम मिसळून जाईल की, अतिरेकी हा अतिरेकी समजला जाणार नाही.

इसम २ : एका बाबूचे दहा बाबू होऊन फिरत राहतील.

इसम १ : आदेशाचे पालन करत राहतील.

इसम २ : अज्ञात आदेशांचा ठिकाणा समजणार नाही.

इसम १ : हा बाबू खरा की तो बाबू खरा, कळणार नाही.

इसम २ : पुरावा कधीच मिळणार नाही. आदेश कुणी दिला, हे समजणार नाही.

इसम १ : आदेश देणारा असेल तुमच्याच वस्तीत.

इसम २ : उत्तरेची गरज त्याला लागणार नाही.

इसम १ : कारण तो होईल मग स्वयंभू.

इसम २ : मात्र कृत्ये होत राहतील क्रूर.

इसम १ : त्यावरून अंदाज बांधतील सारे की-

इसम २ : ह्या वस्तीत अतिरेकी आलेत.

इसम १ : ह्या वस्तीत अतिरेकी आलेत.

इसम २ : त्यांना मान मिळेल, सन्मान मिळेल.

इसम १ : त्यावर सभ्यता पांघरली जाईल हलकेच.

इसम २ : आणि प्रवासाचे कारण सार्थकी लागेल.

इसम १ : निघा आता!

दोघे एकदम : शुभास्ते पंथानः सन्तु।

[ड्रमच्या आवाजात बाबूचा आक्रोश मिसळून जातो. बाबूला घेऊन दोघे अदृश्य. फक्त भावना आणि बापूराव स्टेजवर एकटे. शांतता.]

बापू : चला, आता परतीचा प्रवास.

भावना : येतानाचा अनोळखी रस्ता आता कसा पायाखालचा झाला, नाही?

बापूराव : पाय उचल, शंकराचं देऊळ दिसायला लागलंसुद्धा.

[देवळाचा कट्आऊट दिसू लागतो. देवळाच्या घंटा आणि भणाणणाऱ्या वाऱ्याचा वाढता आवाज. अंधार.]

(अंक पहिला समाप्त.)

अंक दुसरा

प्रवेश पहिला

[रंगमंचावर भावनाताई एकदम बदललेल्या अवतारात. एकदम वेगळी साडी, ब्लाऊज, लिपस्टिक. स्वयंपाकघरात बापूरावांचा खाण्याचा डबा भरतायत, असा आविर्भाव. हातात रिकामा टिफीन कॅरीयर दिसतो. खूप कामात आहेत, पण मजेत आहेत. गाणे गुणगुणत कमरेला झोका देत स्वतःशीच मग्न. प्रसन्न आणि निरागस चेहऱ्याने मालविका प्रवेश करते. ती भावनाताईंच्या अवताराकडे पाहून चाट]

मालविका : अय्याऽऽऽ! बाबूच्या आई? काय हे! क्षणभर ओळखलंच नाही मी तुम्हाला! आणि बघू... स्लीव्हलेस, लिपस्टिक- अगदी सुरवंटाचं फुलपाखरू झालंय प्रवासानी! माणसं बदलतात बदलतात म्हणजे किती? अगदी ऐटी केलीय बाई! चक्क गाणं म्हणताय... आई, तुम्ही बोलत नाही? बापूंचा डबा भरताय का? उशीर का झालाय स्वयंपाकाला? मी करू मदत?

भावना : हो तिकडे! आणि मधे-मधे येऊ नकोस गं! आत्ता डबेवाला येईल.

मालविका : किती तिरसटपणा करताय आई? बाबू उत्तरेकडे गेल्यापासून मी बघतीय आई, तुम्ही शिष्ट झालात. सारखी माणसं यायला लागलीयत तुमच्याकडे. बाबू तिकडे गेल्याची बातमी कशी पसरली तिकडे, कोण जाणे!

भावना : (स्वतः खूष होऊन) कशी काय! जशी मी शंकराच्या देवळाजवळ जाऊन पोचले, तशी. सोसायटीचे लोक काय गप्प राहतायत! त्यांनी एवढी यातायात करून मला तिकडे का पोचवली, ते ध्यानात आलं का वेडाबाई? अगं, ही त्यांची इन्व्हेस्टमेंट होती इन्व्हेस्टमेंट, धंद्यातली!

मालविका : धंद्यातली? म्हणजे बाबू बिझिनेस करणार आई?

भावना : कर्म माझं! तुला काय वाटलं, सोसायटीचे लोक फक्त डान्सचे प्रोग्राम प्रायोजित करतात? फार दूरदर्शी माणसं आपल्याला भेटलीत माले!

मालविका : पण बाबू धंदा कसला करणार आई?

भावना : अगं, बाबू नाही धंदा करणार; बाबूमुळे धंदा होणार!

मालविका : कुणाचा?

भावना : सोसायटीमधल्या लोकांचा.

मालविका : तो कसा?

भावना : किती भोळी आहेस माले! ह्या लोकांची खरी ओळख अजून तुला व्हायचीय पुरती. किती पुढचा विचार करतात बाई ही मंडळी! आता आपल्याला त्यांचीच साथ सदैव लाभणार.

मालविका : बाबूचं काही पत्र? निरोप? तो कशाला गेलाय तिकडे आई? (शांतता) तो कोण होऊन परत येणार आहे? सांगा ना! तुम्ही बोलत का नाही? ..मी आलेली आवडत नाही तुम्हाला? मला त्याची फार आठवण येते हो! त्याला दशमी आवडते म्हणून... तो तिकडे गेल्यापासनं मी खाल्ली नाही, शप्पथ!

भावना : (शांतता.) माझं ऐक माले, तू त्याचा नाद सोड.

मालविका : कसं हो बोलता तुम्ही? घरी आई-बाबा तेच बोलतात टोचून! आता तुम्ही पण...

भावना : तसं नाही मालू, तू फार चांगली मुलगी आहेस. तो- तो... फार लांब निघून गेलाय सगळ्यापासून. तू ओळखणार नाहीस. तो पाठ फिरवून निघून जाईल, परत आल्यावर.

मालविका : (निश्चयाने) शक्य नाही आई! वाट्टेल ते झालं तरी मी बाबूला विसरायची नाही. तुम्ही फक्त तो कशाला तिकडे गेलाय सांगा; बाकी माझ्यावर सोडा. अहो, आमचं तालातालाचं नातं! सगळ्या सोसायटीच्या नावानं नाही दणक्यात लग्न लावलं, तर नावाची मालविका नाही मी!

भावना : तसं नाही पोरी, आम्ही काही शत्रू नव्हे तुझे. काय सांगते ते नीट ऐक! बाबूच्या अंतिम हेतूची तुला तिळमात्र कल्पना नाही. माणसामधल्या बदलाची तुला कल्पना नाही. अगं, बाबू तिकडून येणार म्हणजे,

आमच्या घरी आत्मविश्वास पाणी भरणार. सत्ता-सत्ता ज्याला म्हणतात, ती आमचं धुणं धुणार मालू. पूर्ण विचारांती अगदी बाबूचा जाणून-बुजून कडेलोट केलाय. ह्यापुढे प्रेम, लग्न गोष्टींची त्यास काय मातब्बरी! त्यानी तुला ओळखली तर सोन्याहून पिवळं, पण जर बिन ओळखीच्या नजरेनं त्यानी तुला हुडूत् करून झिडकारली; तर तुझी बाजू घ्यायला ही बाबूची आई असणार नाही, की डान्सचे स्पॉन्सरर्स असणार नाहीत. कारण आम्ही बाबूच्या बाजूचे झाले आहोत! कोण आहे रे तिकडेऽऽ?

[आतून आवाज- बाईऽ डबाऽऽ]

मालविका : डबेवाला आलाय!

[भावनाताईंचं लक्ष नाही. त्या आपल्याच ऐतिहासिक थाटात. डबेवाला म्हणजे चक्क बापूरावांचे साहेब उभे. शर्ट, टाय वगैरे पोशाख.]

मालविका : अय्याऽ आई! अहो, डबेवाला टाय लावून आलाय!

भावना : काय लावून आलाय? (त्यांचे लक्ष टिफीन कॅरीयरवर.)

मालविका : अहो, बापूंच्या ऑफिसचा डबेवाला टाय लावून आलाय.

भावना : (वळून बघत) मालेऽ हा टाय लावून आलेला डबेवाला आहे? गधडेऽ हे ह्यांचे साहेब!

मालविका : पण हे 'बाईऽ डबा' असं ओरडले! हो की नाही हो?

साहेब : हो, हो! म्हणालो. आज मी आलोय डबेवाला म्हणून. त्याचं काय झालं वहिनी की, सकाळी बसलो होतो ऑफिसात. आता मी साहेबच असल्यानं तसं काम काही विशेष असत नाही. आणि समजा कामं केली, तर स्टाफ काय करणार? तर पलीकडच्या खोलीतून अडचण कानांवर आली की, आज डबेवाला येणार नाही. तेव्हा म्हटलं- चला, अशी संधी परत येणार नाही. सरळ मोटार घेतली आणि इकडे आलो. म्हटलं, लंच अवर सुरू होण्याच्या आत बापूरावांना गरम-गरम...

भावना : (अजून ऐतिहासिक थाटात) बदललेल्या परिस्थितीत आपल्या भूमिका जरी वेगळ्या झाल्या तरी साहेब, तुम्ही स्वतः डबा घेऊन जाणं ही गोष्ट तुम्हाला शोभा देणारी नाही. डबा देताना त्यांना म्हणायचं, सावकाश होऊ द्या! सोबत वेगळी ताकाची बाटली आहे म्हटलं.

साहेब : ताकाची चिंता सोडा वहिनी... अहो, मी आहे ना! सगळं जागच्या जागी सुपूर्त करतो. डबेवाला म्हणून येणे..... हा खरा तर बहाणा... खरं कारण म्हणजे, सांगू की नको... आता स्पष्ट नाही... पण म्हणजे, मुलगी आहे लग्नाची माझी... बाबू काय, उद्या येणारच... तोपर्यंत विचार करून... फोटो ना? आहे ना... आणलाय... रंगीत-रंगीत म्हणजे खरा वर्ण कळावा... तुमचा विचार कळावा. (मालूला पाहात) अरे वा! तुम्हाला मुलगी आहे वाटतं? मला माहिती नव्हतं. छान आहे. 'काय गं ए मुली, नाव काय तुझं?' असं सुरू झालं की नाही.

भावना : अहो, ही...

साहेब : नाव नका सांगू, कळेलच उद्या. पण गोड आहे मुलगी. आणि मुख्य म्हणजे, मुलगा आहे लग्नाचा माझ्या भावाचा. म्हणजे आज माझ्या मुलीचा फोटो देतो, उद्या भावाच्या मुलाचा फोटो देतो आणि ह्या मुलीचा फोटो नेतो. मग पुन्हा माझ्या मुलीचा फोटो न्यायला येतो. रंगीत-रंगीत...

भावना : साहेब, अहो, ही मुलगी आमची नाही.

साहेब : आमची पण नाही! अहो, कन्यारत्न हे परक्याचं धन. काय? आज आहे, उद्या चालली सासरी... आता तुमची मुलगी ही नाही, आमची नाही; तर मग ही मुलगी कोणाची?
[मालविका रागाने धुमसतीय]

मालविका : ए फोटोग्राफरऽ चल नीघ!

साहेब : वहिनी, ही कोण?

मालविका : दाखवते मेल्या, मी कोण ते! घे डबा आणि सूट! वचावचा वचावचा बोलतोय मेला वलावला! स्थळ घेऊन येतो हो रे बाबूला? नीट ऐक मी कोण ते. मी मालविका. शेजारी राहाते. बाबूचं लग्न माझ्याशी ठरलंय. मी त्याची प्रेयसी आहे, प्रेयसी! कळलं?

साहेब : (खलनायकी ढंगात) अच्छा, म्हणजे एकूण असं आहे तर! नाही वहिनी, तुम्ही फोटो तर ठेवून घ्या! मला निर्णयाची घाई नाही. बाबूच्या मनासारखं झालं पाहिजे! बाबूच्या मनाची आमच्या बाजूची तयारी करायची जबाबदारी घ्यायला सोसायटीचे मेंबर आहेतच की! लंच टाइमची वेळ होत आली वहिनी, डबा द्या आम्हाला.

[शांतता.]

भावना : साहेब, एक मिनिट... नाव काय तुमच्या मुलीचं?

साहेब : दीक्षा! आता मुलीला दाखवायला न्यायला संकोच नको, म्हणून आम्ही मुलीचं व्हिडिओ शूटिंग करून ठेवलंय. उस कॅसेटका हमने नाम रख्खा है 'अ डेट विथ डिस्को.' कॅसेट पसंत पडली तर मिसेस धोंगडे, अहो, मुलगी आहेच की! ह्या जन्माच्या गाठी म्हणून हलके-हलके, बेता-बेतानं सगळं! अहो, नीट विचार केला तर दोन मनांची किंवा खरं बोलायचं तर- शरीरसंबंधाची दंगल घडवून आणण्याचा हा आदिम सोहळा. आपापल्या वंशाच्या दिव्याला दंगलीला प्रवृत्त करायचं. भांडून घरी परत आले, तर समजावून, धाक दाखवून संसाराच्या धगीत परत ढकलायचं. मरा तुमच्या आयला, म्हणावं. फ्लॅट, पैसे, पोरं, शिक्षण अशी असेंब्ली लाइन अव्याहत सुरू. तर वहिनी, कॅसेट ठेवून जाऊ मग?

मालविका : आणा इकडे, मी बघते आधी. (त्यांच्या जवळून कॅसेट घेते.)

[तोच ऑफिसमध्ये डबा वेळेवर न आल्याने भुकेने संतापून बापूराव प्रवेश करतात. उत्तम पोशाख. जरबेचे वागणे. प्रवासाला जाऊन आल्यापासून खूपच फरक पडला आहे. मालविका कॅसेट लपवत निघून जाते. त्या दिशेला संशयित नजरेने बघत बापूराव]

बापूराव : मालू काय लपवत घेऊन गेली?

भावना : कॅसेट! साहेबांनी दिली.

बापूराव : साहेब, स्टाफचा डबा न्यायला मी नसताना आमच्या घरी येता आणि आम्हाला ऑफिसमध्ये भुकेनं बोंबलत ठेवून तरुण मुलींना व्हिडिओ कॅसेट देता? तुम्हीच असा ताल सोडल्यावर इतर स्टाफनं काय करायचं? किती वेळ वाट पाहायची मी डब्याची? साहेब बिहेव प्रॉपर्ली!

भावना : इश्श! मुलगी आहे लग्नाची त्यांची! बाबूसाठी स्थळ आणलंय. त्यांच्या मुलीची कॅसेट पाहात होतो.

बापूराव : मुलगी कशी आहे?

[शांतता]

अरे, सगळे गप्प? मी विचारतोय, मुलगी कशी वाटली? काळी आहे की गोरी? नाकेली? उंच की बेताची? उफाड्याची आहे, की बोंब

आहे सगळी! डबे काय न्यायला येताय, कॅसेट काय दाखवताय! मुलगी लग्नाची आहे म्हणता; तिला शस्त्रास्त्रांची काही माहिती? अहो, मुलीला शस्त्रांची काही माहिती आहे का? एके-४७ कधी नाव ऐकलंय मुलीनं? किमान झेक रिव्हॉल्व्हर? नाही? मग आता शमीच्या वृक्षाची तरी माहिती सांगा! आवाजाला मुलगी घाबरते का नाही? काही तयारी करून घेत नाही साहेब तुम्ही! जरा होमवर्क करून आणा, म्हणजे अशी फजिती होत नाही. आधी साहेबाची भूमिका सोडायची आणि डबेवाल्याच्या रूपाने आमच्या अंतःपुरात घुसायचं, हे आपल्याला शोभा नाही देत! किती अपेक्षेने पाहात होतो तुमच्याकडे! आणि वस्तू प्रत्यक्ष दाखवावी; वस्तूची अशी निर्जीव प्रतिमा दाखवून आपलं हसं होतं साहेब! जा, ऑफिसमध्ये आधीच उशीर होतोय. (साहेब जातात.) बाबू तिकडे गेल्यापासून सगळ्यांचीच त्रेधातिरपीट उडालीय. प्रत्येक जण आपापली भूमिका सोडून परकाया अभिनयाच्या इंद्रधनुष्यात गुरफटत चाललाय!

भावना : काय म्हणते मी- भूक लागली असेल! थोडं खाऊन घ्यावं!

बापूराव : (विचारमग्न) बाबूच्या आई, आता भुकेनी विचाराला आलेली धार थांबवू नका. अतिरेकी जावई असावा म्हणून लागलेली रांग बघितली आणि पोटात पडलेल्या भुकेनी मेंदूला जबरदस्त फुंकर घातली. भुकेल्यापोटी विचार करताना वाटतं, बाबूला अतिरेकी करण्याचं बळ मला कोणी दिलं? उत्तरेच्या बातम्यांनी? राजकारणानी? राजकारण चालवणाऱ्या सोसायटीनी? माझ्या धर्मानी, की जन्मजात बिनडोकपणानी? बाबूला तिकडे पाठवल्यावर किती आत्मविश्वास आला, असं वाटतं! वाटतं, सगळं आलेलं बाळसं खरं की, मी फोफशा झालोय, फोफशा? शरीर इतना तगडा लेकिन मै इतना कमजोर! खातंय डबा बकाबका! घडलेल्या, घडत असलेल्या आणि पुढे होणाऱ्या हिंसेविषयी इतकी आदिम उत्सुकता का? मार्गात येणारा प्रत्येक जण कायमचा मरावा आणि सगळं ताब्यात ठेवावं- असा विचार मनात येणं जर नैसर्गिक असेल, तर त्याची अंमलबजावणी अनैतिक कशी मानावी? तात्त्विक बैठकीचे काठ शोधत-शोधत हिंसा नेहमी धर्माच्या कॅनॉलमधूनच वाहत असते. वाहताना सत्तेच्या कक्षा रुंदावत अखेर सर्वनाशाला जाऊन मिळते.

हे कळूनसुद्धा मी डोळ्यांत तेल घालून वाट पाहतोय, बाबू परत येण्याची! त्याच्या रूपाने मूर्तिमंत हिंसाच आपल्या घरातून वाहणार. आपली इहलोकीची निर्मिती जर स्फटिकासारखी निर्मळ, निखळ, रक्तवर्णी हिंसा झाली; तर बाबूच्या पोटी जन्माला येईल साक्षात नृसिंहरूपी संहार! नुसत्या हिंसेपेक्षा संहाराचीच निर्मिती करण्याचा आनंद आदिम असतो. शाश्वत असतो. म्हणून हलके-हलके सगळे तिकडेच रेटले पाहिजे. आणि बाबूचे लग्न केले पाहिजे!

भावना : मी म्हणते, एवढ्यात घाई काय? अजून त्याचं ट्रेनिंग संपलं नाही. जरा येऊन इकडे जम बसला, म्हणजे मग करू दोनाचे चार.

बापूराव : तुम्ही चुकता आहात. अगं, ज्या क्षणी आपण मनावर दगड ठेवून त्याचा उत्तरेकडे कडेलोट केला, त्या क्षणीच त्याचा आणि आपलासुद्धा इकडे जम बसलेला होता. प्रत्यक्ष हिंसाच काय, पण हिंसेकडे जाणारी घटनादेखील जम बसवते, सत्ता निर्माण करते. भावनाऽऽ

[संगीत]

भावना : किती दिवसांनी हाक मारलीत नावानी!

बापूराव : वेळ होतोय कुठे? माणसांचा राबता वाढलाय. तूसुद्धा अगदी बिनबाह्यांचं पोलकं, लाली... चालण्यातही अगदी झोक आलाय अलीकडे.

भावना : लाजवू नका बाई. मघाशी तुम्हाला न थांबता-अडखळता सलग बोलताना ऐकून वाटलं, पंचवीस वर्षांपूर्वी ज्याची मी झाले तो बापू हाच का? कुठून एवढा निर्णायकपणा तुमच्यात शिरला? वाटतं की, हा मार्ग सापडायला जरा उशीरच झाला. लग्न झाल्यावरच जर हा विचार सुचता, तर बाबूच्या ऐवजी तुम्ही उत्तरेकडे गेला असतात. तुमच्या शौर्याचे पोवाडे ऐकू आले असते. पण दिवस टळून जातो आणि तिन्हीसांजेला न घडलेल्या गोष्टींचीच उजळणी होते. पण म्हणून बापू, निराश नाही व्हायचं. ताठ मानेनं घेतल्या निर्णयाला तोंड देत बाबूच्या संसारात डोकावायचं. त्याच्या संसारात आपल्या आठवणींची निरांजनं लावायची. असं जगायचं की, जणू मागचा काळच नव्हता. घडणारं सगळं ताजं आहे, रसरसलेलं आहे आणि आपल्या उतरत्या वयाला चिरंतन हिंसेचा रक्तवर्णी छेद आहे.

मला... मला बाबूची फार आठवण येते होऽऽ (डोळे भरलेले.)
[पार्श्वसंगीत.]

बापूराव : (जवळ बसत) मला पण येते. अगं, पण म्हणून अशा आठवणी गालावरून ओघळून नाही द्यायच्या वेडाबाई! दूर गेलेला जवळचा माणूस आठवणीत घट्ट पकडून ठेवायचा. आठवणी अशा सांडायच्या नाहीत.

भावना : पण असं वाटतं, हे सगळं टिकेल ना?

बापूराव : हे म्हणजे?

भावना : म्हणजे हे वातावरण, ही अस्थिरता– ही हिंसा.

बापूराव : अगं, हे वातावरण टिकणारच. आणि उद्या निवळलं, तर पेटवायला उशीर नाही लागत. धार्मिक इंधनावरच्या लढाया चिरकाल टिकतात. वर्तमानाची जाणीव सगळ्यांना गरीब करून टाकते. म्हणून भावना, इतिहास महत्त्वाचा. बिन इतिहासाची लढाई म्हणजे पराजयाची वाट! मात्र जो देवावर विसंबला, त्याचा कार्यभाग बुडाला. अगं, आज विठोबाचं देवत्व येतंय त्याच्या पायाखालच्या विटेत. आता देवापर्यंत जायलाच नको. म्हणून म्हणतो, ह्या विटांच्या भट्ट्यांचे यज्ञ जागोजाग चेतवा. आणि त्याच्या प्रकाशात निधर्माचं कवच फोडून येणाऱ्या बाबूचं स्वागत करा. अरे, आगतम् स्वागतम् सुस्वागतम्! कसा बसलाय माझा देव प्राचीन धर्माच्या मखरात! इथून पुढे फक्त भूक, भूक आणि भूक. आणि बाराच्या वेळेला रक्तरंजित भुकेचा अभिषेक!
[दमून थांबतात. समोर टिफिन कॅरीयर दिसतो. तो घेऊन अंधारात जातात. आता फक्त भारावलेल्या भावनाताई प्रकाशात.]

भावना : सावकाश होऊ द्या! बाबूचं... अगोबाईऽऽ सांगू तरी कसं पहाटेचं स्वप्न.. पहाटेचा वारा... खिडकी उघडी राहिली. प्राजक्ताचा मंद सुवास... जागी झाले. अंगणात प्राजक्ताच्या फुलांचा सडाच सडा. जमीन दिसत नव्हती. नाजूक, लाल देठांची आरास पडलेली... उठून बघते तो वाटलं, फुलांची देठं जास्तच लाल दिसतायत... बघता–बघता तांबडा रंग वाढायला लागला. असं वाटलं, ह्या फुलांच्या देठातून लालभडक पाणी वाहतंय... पाणी कसलं, रक्तच ते... मी हाक मारते... सूनबाई... अगंऽ अंगण लाल दिसतंय... देठांचे नळ

सुटलेत! बाबूची बायको येते सावकाश... तिला नुकताच सातवा लागला. अनवाणी सूनबाई फुलांवर चालतीय... पुन्हा नव्या फुलांचा सडा तिच्या अंगावरून ओघळतोय. ती म्हणतीय, काही तरीच सासूबाई! अहो, ही नुसती फुलं आहेत. छान नाजूक, ताजी फुलं. कसले भास होतात तुम्हाला... आणि वाऱ्यानी मला जाग आली. बाबूच्या बायकोचं मी काय नाव ठेवणार आहे, माहितीय....

[पाठीमागून हळूच उजेडात येत मालविका उत्तर देते]

मालविका : प्राजक्ता!

भावना : (चमकून बघत) तू कशी बाई इथे आता?

मालविका : अहो, मी असतेच! ऐकलं मी तुमचं स्वप्न चोरून! किती विचित्र! पण नेमकं असं का होतं? मला कसं कळलं तुम्ही आता स्वप्न सांगणार ते? माझा असा संचार इतका सुलभ कसा होतो? कधी वाटतं, माझं मन फार विचार करतं. काळाच्या पुढे जातं. मागे जातं. वाऱ्यासारखं फिरत असतं. असं वाटतं, माझी सावली सगळ्या जगावर पडलीय! ही निरुपद्रवी सावली प्रत्येक प्रसंगामागे धीरोदात्तपणे उभी आहे. तुम्ही स्वप्नात प्राजक्त बघत होतात, तर मी साक्षात प्राजक्तच होते सासूबाई!

भावना : मी बाई कधी तुझी सासू झाले?

मालविका : झाल्या नाही, पण होणार लवकरच!

भावना : हे कुणी ठरवलं?

मालविका : मीच! म्हणून तर सांगायला आले.

भावना : बाबू तिकडे कशाला गेलाय, माहितीय तुला? तुझ्या आई-बाबांना? नोकरी-धंदा करणारा नसणार आहे हा! परत आल्यावर तुला ओळखेल न ओळखेल!

मालविका : ओळख विसरला तर बेभान होऊन नाचत सुटेन मी, फेर धरून तपश्चर्या करीन. माझं मन त्याचा राक्षसीपणा खाऊन टाकेल आणि अंतिम विजय माझा होईल. फक्त तुम्ही उपचार म्हणून लग्नाला संमती द्या!

भावना : तुझे आई-बाबा?

मालविका : आलेत. आत बापूंशी बोलतायत.

भावना : चल आत, देवाला नमस्कार कर!

[दोघी आत जातात. बापूराव डबा खाताना दिसतात. पाठीमागून माधवराव आणि मंदाताई प्रवेश करतात. बापूरावांचे त्यांच्याकडे लक्ष नाही. त्यांचे बोलणेदेखील त्यांना ऐकू येत नाही, अशी कल्पना.]

माधवराव : शूऽऽऽ खातायत बघ!

मंदा : इश्श! काय हे? स्वतःच्या घरात डब्यातून काय जेवायचं? चांगली ताटं घ्यावीत वाढून! माली लग्न झाल्यावर काय डबे भरून देणार काय सासऱ्याला तिन्ही त्रिकाळ?

माधवराव : अहो, जरा हळू! मुलीची बाजू आहे आपली. आता, असेल पद्धत त्यांच्या घरची! आपण आई-वडील बघून का मुलगी देतोय? मुलगा कुठच्या कुठे गेलाय पाहा. ह्या धोंगड्यांच्या थोबाडाकडे बघून नाही मालूला देतोय!

मंदा : ते बरीक खरं हो! अख्ख्या सोसायटीत पहिला अतिरेकी जावई फक्त आपलाच. कसा दिसेल बाबू तिकडून आल्यावर? दणकट-करारी मुद्रा घेऊन एक दिवस जावई हलकेच येईल आपल्या घरी आणि माझे डोळे झाकील. म्हणेल मला- मंदाताई, काय हवे ते मागा! मी म्हणेन- अरे, देणारा तू देव नाहीस की घेणारी मी लाकूडतोड्या नाही. माझी आपली लोखंडाची विळी, ती तेवढी काढून दे म्हणजे झालं! चेष्टा करत म्हणेल- नाही, नाही, एक तरी झेक पिस्तुल घेतलंच पाहिजे. अतिरेकीच्या गाढवा, चेष्टा करतोस होय! (हसतात.)

माधवराव : जमिनीवर या! अशी स्वप्नात जायची सवय चांगली नाही मंदा!

मंदा : (भानावर येत, समोर खाणारे बाबूराव बघत) अगं बाईऽ अजून खातोय वाटतं मेला! कसं लक्ष वेधून घ्यायचं ह्याचं? 'अरे माधवराव, मी बघितलंच नाही' असं कधी म्हणणार हा धोंगडे?

माधवराव : मंदा, शब्द हे शस्त्र आहे! तुमच्या खऱ्या भावना त्यांना कळल्या म्हणजे? मुलीच्या आयुष्याचा प्रश्न आहे हा! आता आहेत आपले व्याही खादाड! मुद्दा काय की, त्यांचं लक्ष वेधून घ्यायचं!
(टाळ्या वाजवतात. पण बापूराव बघत नाहीत.)

मंदा : इश्श! अहो, टाळ्या काय वाजवताय? बाबू कुठे गेलाय? मग आवाज कसले हवेत? (मोठ्याने) ठोऽऽऽ ठोऽऽऽ

[दोघे जण तऱ्हेतऱ्हेच्या शस्त्रांचे आवाज तोंडाने काढतात. मग तोंडाबरोबरच टेपरेकॉर्डरवर खरे आवाज येतात. सगळे नाट्यगृह

युद्धाच्या आवाजानी दणाणून जाते. पण बापूराव अविचल! शेवटी मंदाताई तोंडाने क्लीप काढून हॅन्डबॉम्ब बापूरावांच्यावर टाकण्याचा आविर्भाव करतात आणि कानांत बोटे घालून स्फोटाच्या आवाजाची वाट बघतात. स्फोटाचा आवाज येतो. बापूराव जागे होत डबा आवरत म्हणतात.]

बापूराव : अरे! माधवराव? 'मी बघितलं नाही', असं म्हणणार नाही. तुमचं काय चाललंय? मघापासून मी बघतोय, आवाज कसले काढताय तोंडानी? हे बघा, तुमच्या मुलीच्या नाचाची तिकिटं आम्ही मुळीच घेणार नाही.

माधवराव : यापुढे तुम्हाला मालविकेच्या डान्सची तिकिटं विकत घ्यायची वेळच येणार नाही... आता सगळं तुम्हाला फुकट!

मंदा : म्हणजे की नै, गृहकृत्यदक्ष आहे मालू आणि गंमत म्हणजे जेवण ताटातून वाढते, तरी तुमच्या घरच्या रीतीबाहेर जाणार नाही.

माधवराव : आणि हसते किती गोड! विनोद केला कुणी की, आपली ठोऽ ठोऽऽऽ आपलं- खो खो हसत सुटते. तर चेहरा हसरा, तो मनाचा आरसा म्हणजे मनरूपी घराचा आरसा. म्हणजे अगदी आरशासमोर आरसा-प्रतिमांची चंगळ! अगदी मोजायला उसंत नाही इतक्या निर्मळ मनाच्या प्रतिमा.

मंदा : मग पसंत आहे ना मालू आमची?

बापूराव : आता स्पष्टच विचारतो. आमचा बाबू तिकडे काय करायला गेलाय, ह्याची स्पष्ट कल्पना ...

माधवराव : शू ऽ ऽ बोलू नका! काही गोष्टी न बोलता समजावून घ्यायच्या असतात. सगळं माहितीय आम्हाला, मालूलाही कल्पना असावी.

मंदा : उच्च शिक्षणाला गेलाय म्हणावं, म्हणजे वाद नको.

बापूराव : फार भोळी माणसं आहात तुम्ही! एक फार मोठा अद्‌भुत प्रयोग आपल्या हातून घडतोय.

मंदा : अगोबाईऽऽ हे काय नवीन! लग्न ना करणार आहे मालीशी?

बापूराव : लग्न म्हणू नका हो! लग्न, विवाह हे शब्द पोकळ, कणाहीन, बिलबिलीत! आता तुमची मुलीची बाजू म्हणून मुद्दाम समजावून देतोय. चाळीस वर्षांच्या जुन्या निधर्मीपणात लडबडलेला बाबू पुनर्जन्म होऊनच परत येणार आहे- एक विलक्षण बुद्धीची तेजस्वी पताका

फडकावत. एक मूर्तिमंत तेजाळ क्रौर्य झाकोळून टाकेल आपला प्रदेश. माधवराव, अहो, विस्तीर्ण क्षितिजावर उभा उंच ध्वजस्तंभ! ध्वज फडकणार तो धर्माच्या वाऱ्यावर! ह्या माझ्या तेजाळ क्रौर्याला कोंदण हवंय निरागस, निर्मळ, कोमल मनाचं! मालविकाचं! अहो, ह्या संबंधाला अनुमती देणारे करंटे आपण कोण! गोष्टी तशाच ठरविल्या आहेत, आपण फक्त निमित्त! म्हणून म्हणतो– हा विवाह नाही, लग्न नाही; हा आहे क्रौर्यजन्मापूर्वीचा एक महायज्ञ! ह्या ऐतिहासिक क्षणाला सामोरं जाण्याची ताकद आपल्यात येवो, अशी प्रार्थना करा आणि लग्नाच्या तयारीला लागा. सोसायटीत दवंडी पिटवा–

[माधवराव भारावलेले. मंदाताई चुळबुळत–]

मंदाताई : बापूराव, जमिनीवर या! तुमच्या बोलण्यातून एवढाच बोध झाला की, तुमची लग्नाला संमती आहे.

बापूराव : हो.

मंदा : अहो, हो काय? मुलगा कुठाय?

बापूराव : आता अडचणी काढू नका हो.

मंदा : कर्म माझं! अहो, लग्न करायचं तर मुलगा जागेवर हवा ना? मग त्याला बोलावून घ्या! लगेच ये टाकोटाक म्हणावं. काय बाई वेंधळी माणसं धोंगड्यांकडली! स्वतःच्या घरी डब्यात काय जेवतात, मुलगा घरी नाही आणि लग्नाची तयारी काय करा! कठीण आहे मालीचं गं बाई! अहोऽऽ इकडे या.

(माधवरावांना एका बाजूला घेत)

त्यांना म्हणावं– ते तेजाळ क्रौर्य, ध्वजस्तंभ, धर्मपताका गेलं चुलीत! देण्या-घेण्याचं काय ते ठरवून टाका! उत्तरेकडून समजा हात हलवीत परत आला बाबू, तर आयत्या वेळी पंचाईत नको! काय ते स्पष्ट ठरवा, नाही तर तेवढ्यावरून मानपान होऊन भावनाबाई बसायच्या पुन्हा हुंदके देत! अहो, बघताय काय? विचारा ना– कार्यालय कुठलं, तुमचे किती, मुलाचा पोशाख! आणि हो, मुलाच्या पोशाखाचा खर्च करू म्हणावं आम्ही! पण त्याच्या शस्त्रांचा खर्च आम्हाला झेपणार नाही! एक हॅण्डबॉम्बसुद्धा परवडणार नाही! हवी तर रुखवतात ठेवू आम्ही साखरेची शस्त्रं! नाही तर मोठ्या बत्त्याशाची ढाल देऊ करून!

[सनई वाजते. भावनाबाई लग्नाच्या पोशाखात नथ वगैरे घालून एक गोल चक्कर मारतात. बापूरावांना टोपी, उपरणे देतात. ते बघून]
ह्या कुठे चाललायत तरातरा? अजून मुलगा आलेला नाही. भावनाबाई, हे काय वागणं? आम्ही बोलणी करायला आलोयत लग्नाची आणि तुम्ही निघालात कुठे?

भावना : लग्नाच्या गडबडीत आहे मी.

मंदा : कुणाच्या?

भावना : तुमच्या मुलीच्या. ओरडू नका! धोंगड्यांच्या घरात आहात म्हटलं. वागणं कसं निगुतीनं घ्यावं! गोष्टी वेगानं घडतायत, त्या समजावून घ्याव्यात.

मंदा : गेली कुठे कार्टी? मालेऽ ऽ

भावना : ओरडू नका. आत्ताच गौरीहार पुजायला बसवून आलीय.

मंदा : अहो, पण मुलगा... बाबू कुठाय?

भावना : तो येईल वेळेवर बोहोल्यावर. आंतरपाट बाजूला झाला की, बाबू असेल समोर! तुम्ही जरा मालीपाशी थांबा आता. अशा वेळी मुलीला गरज असते आईची. चला हो!
[भावनाबाई आणि मंदाताई बापूरावांना घेऊन आत जातात.]

माधवराव : प्रसंग कसा घ्यावा, प्रतिक्रिया कशी द्यावी– हेच समजत नाहीये. लग्न घाईने करतात, ऐकलं होतं. पण लग्नाची शर्यतसुद्धा असते, हे आज कळलं. हात बांधलेत आमचे! मालूचं धोंगडं अडकलंय ना! मुहूर्ताची वेळ टळून जायची!
[लग्नाच्या संगीताबरोबर लग्नाच्या पोशाखात सजलेली मालविका, मंदा, भावना इ. प्रवेश करतात. आंतरपाट धरला जातो. तो भव्य आणि सर्वधर्म समभावाच्या आकृत्यांनी भरलेला. मंगलाष्टका म्हटल्या जातात किंवा वाजवल्या जातात. आंतरपाट बाजूला होतो. बाबू उभा. चेहरा शांत, पण निश्चयी. बारीक दाढी, पायजमा, नेहरू शर्ट, कुठेही आक्रस्ताळेपणा नाही. एकमेकांना हार घालतात. आई–वडिलांच्या पाया पडतात. सोसायटीवाले आनंदाने नाचत आहेत. मंदाताई रडवेल्या. माधवराव बापूरावांना मिठी मारतात. मालविकाची मंदाताईंना मिठी. त्या दोघींवर प्रकाश.]
[शांतता. मधोमध बाबू आणि मालविका. बाजूला वास्तू, विहंग

नगरपिते. मालविकाने मुंडावळ्या वगैरे काढून ठेवल्या आहेत. बाबूची जरब आहे, अशी कल्पना.]

वास्तू : साहेब, आमची निघण्याची वेळ होत आली.

बाबू : निघाला कुठे? काम कोण करणार?
[सगळे थबकतात.]

नगरपिते : आम्हीच! आदेश द्यावा...

बाबू : देवाचं काय असतं?
[शांतता.]
देवाचं सध्या काय असतं सोसायटीत?

नगरपिते : गणेशोत्सव असतो.

बाबू : मंडळाची गणपतीची मोठी मूर्ती वर्षभर कुठे असते?

वास्तू : प्लॅस्टिकमध्ये गुंडाळून ठेवतो, कारण पाऊस...

बाबू : पिंजरे करून घ्या मजबूत लोखंडाचे, चौकात चौकात रस्त्यावर उभे करा. त्यात असू दे देवाचा जागता पहारा वर्षभर. प्रत्येक चतुर्थीला पिंजरे उघडा दर्शनाला. कामाला लागा आणि जबाबदारीनी वागा. निघा.
[सगळे जातात. स्वप्नील प्रकाशात बाबू आणि मालविका.]

मालू : तुझी दृष्ट काढावीशी वाटतीय, किती झट्कन जम बसवलास! लग्नाला उभी राहिले ती घाबरून. वाटलं, पलीकडे तू असशील-नसशील... किती दिवसांनी भेटलास? वाटलं- हातात रायफल, दाढी वाढली असेल. आज तू गप्प-गप्प का? अचानक लग्नासाठी यावं लागलं म्हणून?
[बाबू अस्वस्थ आहे, कानोसा घेतोय सारखा.]
मग एवढा अस्वस्थ का रे?

बाबू : नाही... आवाज येतोय.

मालू : अरे, तो माझ्या घुंगरांचा.

बाबू : तो नाही. तो ओळखतो मी...

मालू : कसला आवाज? मला तर... घरात कोणी नाही, फक्त आपणच आहोत.

बाबू : बघ, परत येतोय. कुणी तरी जलतरंग वाजवतोय.

मालू : अरे, असेल कुणी रियाज करत.

बाबू : नाही मालू, हा नुसता रियाज नाही. आपल्या लग्नाच्या पहिल्या रात्रीची आठवण राहावी, अशी केलेली ही पद्धतशीर योजना आहे बघ-

[जलतरंगासारखा आवाज येतो.]

मालू : सूरांवर का रागावतोस? बघ– किती छान वाजवतोय.

बाबू : माझा राग सूरांवर नाही, पण आवाज पाण्यावरच्या छडीमारांचा नाही. छे:! हा आवाज कानांत असा घुसलाय की, वाजत नसतानासुद्धा वाजत असल्याचा भास होतो! कोण बरं वाजवत असेल?

[शांतता.]

[आतून आवाज : मी होतो वाजवत. मी येऊ आत दर्शनाला?]

कोण आहे तिकडे?

[एक १८ वर्षांचा तरुण प्रवेश करतो. कोवळेपण जाणवते.]

मुलगा : मी वाजवत होतो. आपण बोलवाल याची खात्री होतीच. आज प्रत्यक्ष बघण्याचा योग आला... खरं तर तुम्ही आमचे आदर्श आहात सर!

बाबू : कलाकार आहेस?

मुलगा : थोडासा. रात्री कंटाळा येतो. विरंगुळा म्हणून बसलो वाजवत काही तरी!

बाबू : जलतरंगच का वाजवतोस? की, टेप ऐकत होतास?

मुलगा : सर, मी जलतरंग नव्हतो वाजवत. मला वाटतं, सोसायटीच्या लोकांनी कल्पना दिली असेल. पदवीनंतर बेकार हिंडत होतो. मग आपल्या नगरपित्यांनी मार्ग दाखविला. तुम्ही एक नवा विचार घेऊन येणार असल्याचं ते म्हणाले. जवळच्या सार्वजनिक गणेशोत्सव मंडळाकडे वर्गणीचे पैसे उरले सर! म्हणून त्यांनी आपल्या घराच्या समोर ब्लड बँक काढली एक, अगदी समोरच आहे.. चोवीस तास उघडी असते ब्लड बँक. मी रात्रपाळीला आहे सध्या सर! विरंगुळा म्हणून मीच रक्तांच्या बाटल्यांवर पेन्सिलीनं ताल धरला होता. वाटलं, सर, आज तुमच्या लग्नानिमित्त एक नवी धुन वाजवावी. त्रास झाला असला, तर सॉरी सर! सगळं तुमच्यावरच अवलंबून! तुमचे जितके विचार रस्त्यावर सांडतील तितकी आमच्याकडे गर्दी! तुमच्या हस्ते लवकरच उद्‌घाटन होणार आहे ब्लड बँकेचं. फार बरं वाटलं सर, भेटून! येतो मी.

मालविका : येत जा मधून! समोर तर आहे ब्लड बँक. छान आहे हात तुझा! काय नाव म्हणालास तुझं?

मुलगा : मी तरंग. वहिनी, येतो मी.(जातो.)

[परत जलतरंगासारखा आवाज. मालविका बाबूजवळ]

बाबू : प्रसंगाची जुळणी फार मस्त जमवलीस माले! ये!

मालविका : इश्शऽऽ! मला लाज वाटते.

बाबू : छान! सगळं तर तूच जमवलंस आणि आता संकोच कसला?

मालविका : थांब जरा... चाळ तरी सोडू देत.

[मालविका चाळ सोडू लागते. जलतरंगाचा वाढता आवाज. अंधार.]

अंक दुसरा

प्रवेश दुसरा

[बराच काळ गेला असे वाटावे. उजेड. एका बाजूला पत्त्याचा बंगला करत विहंग बसला आहे. त्याच्याजवळ टेपरेकॉर्डर. त्यावर तऱ्हेतऱ्हेच्या पक्ष्यांचे आवाज चालू. बंगला पडत असतो. तो परत पत्ते पिसून बांधत असतो. मालविका प्रवेश करते. सहा महिन्यांची गर्भारशी. आळसटलेली. विहंगचे तिकडे लक्ष नाही, पण चाहूल लागते.]

विहंग : या वहिनी, या! बसा! तुम्हाला म्हटलं- अगदी हा-हा म्हणता दिवस गेले. शेवटी निसर्गच तो!

मालविका : काय चाललंय तुमचं?

विहंग : मॉडेल करतोय वहिनी, निसर्गकेंद्राचं. साहेबांना दाखवायचं.
[पक्ष्यांऐवजी आता म्हशींचे आवाज ऐकू येतात.]

मालविका : तो टेप आधी बंद करा! सकाळी उठून म्हशीचे कसले आवाज ऐकताय!

विहंग : आवाजाचं संशोधन चाललंय सध्या! ह्या एकूण दोन म्हशी हंबरतायत. दोघींच्या हंबरण्यात सूक्ष्म फरक आहे वहिनी. ह्या बदलाचं कारण म्हणजे, एका म्हशीच्या पाठीवर कावळा बसला आहे म्हणून ती हंबरतीय... तर दुसरी म्हैस कावळा नुकताच उडून गेला म्हणून हंबरतीय.

मालविका : इश्श! हंबरण्याचा कसला अभ्यास?

विहंग : अहो, ह्या मुक्या प्राण्यांच्या भावना! नीट हंबरणं ऐकलं, तर ध्वनीच्या चढ-उतारामधून म्हशींची भाषा असते किंवा काय ह्याचा अभ्यास चालू आहे. त्या आवाजातील रहस्य जर उलगडलं, तर त्यांचं संभाषण फक्त म्हशींपुरतं मर्यादित राहणार नाही. अवघ्या

मानवजातीला– विशेषतः गवळ्यांना ते वरदान ठरेल. दुधाचे उत्पादन वाढेल!

मालविका : फार अतिशयोक्ती करता तुम्ही!

विहंग : ही अतिशयोक्ती नाही वहिनी! शास्त्रज्ञांची आजची वाटणारी अतिशयोक्ती ही उद्याची प्रचिती आहे. त्यासाठी अभ्यास आणि मनाची एकरूपता लागते. दिवसाच्या रात्री कराव्या लागतात. निसर्गाचा अभ्यास करता–करता दिवस कसे जातात, हेदेखील कळत नाही. तुमच्या तब्येतीची काळजी घ्या! आणि ही कॅसेट ठेवा– पक्ष्यांच्या आवाजाची आहे. आत्तापासूनच आवाज गुलामाच्या कानांवर पडू देत. ही आमची आपली नॅचेरल सोनोग्राफी! तर, मी निघतो. वाट बघून गेलो म्हणून सांगा साहेबांना. लवकर येतील असं वाटत नाही. (विहंग जातो.)

[तरंगच्या जलतरंगाचा वाटणारा आवाज. मालविका उदास. तिला आठवण येते. उठून चाळ शोधते. चाळ हातात घेऊन कुरवाळते. नाचाचे बोल ऐकू येतात. आपल्याच विश्वात मग्न आहे. इतक्यात एक दगड वाटेल अशी वस्तू येऊन पडते. कागदात बांधलेली. मालविका दचकते, घाबरते. शांतता. बाबू येतो. मालविका विलक्षण घाबरलेली. ती खुणेनेच वस्तूकडे बोट दाखवते. बाबू टेन्स! हलकेच त्या वस्तूकडे जातो. हातात घेतो. चेहरा विचारमग्न. कागद उघडत वाचतो आणि तुकडे करायला लागतो.]

मालविका : काय होतं त्यात?

[शांतता]

बोल ना! काय घाबरले मी! आई–बापू फिरायला गेलेत. मला वाटलं, बॉम्बच...! सांग ना, काय आहे? तू फाडून का टाकलास कागद?

बाबू : (अस्वस्थ) काही नाही त्यात. आज घुंगरू काढले होतेस बाहेर?

मालविका : आठवण झाली नाचाची, कारण आता सातवा महिना ना हा... बाळ हलतं पोटात... सांग ना, कसला कागद...? अगदी देवासारखा आलास! सासूबाईंना पडलेले स्वप्न...

बाबू : त्याचा विचार नको! त्या कागदात निरोप होता मला.

मालविका : कसला निरोप?

बाबू : म्हणजे आदेश, कामगिरीचा!

मालविका : बाळाचा पायगुणच म्हणायचा.

बाबू : बाळाचा विषय काढू नकोस, मला जरा विचार करू देत.

मालविका : कसला आदेश आहे? त्यांनी तुला काय करायला सांगितलंय.
[शांतता.]
बोल ना रे!

बाबू : काय बोलू? न बोलता करायला सांगितलेलं काम हे!

मालविका : आदेश लेखी आहे?

बाबू : नाही. सांकेतिक भाषा असते. (अस्वस्थ.) तुला आज घुंगरू आठवले अचानक? नाचावंसं वाटतं?

मालविका : मनानी खूप नाचते! आता नाचणार कसं; नाही का?

बाबू : आणि काय करावंसं वाटतं?

मालविका : सांगू? बघ हं, चिडायचं नाही! आणि नाही म्हणायचं नाही.

बाबू : हो म्हणतो, सांग तर खरं-

मालविका : तुला जो आदेश आलाय, त्याची अंमलबजावणी होताना मला बघायचीय.

बाबू : मालेऽऽ (भयंकर अस्वस्थ)

मालविका : हो, त्या क्षणांचं साक्षीदार व्हायचंय मला!

बाबू : हा... हा हट्ट सोड, दुसरं काही...

मालविका : मी इच्छा सांगितली एकदाच!

बाबू : भलता हट्ट नको. माझं ऐक.

मालविका : कसला आदेश, सांग ना! बायकोपासून लपवतोस?

बाबू : आहे एक.

मालविका : कोण एक?

बाबू : एक माणूस. त्याच्याकडे जायचं आणि...

मालविका : मग मी येते की रे बरोबर! पहिली कामगिरी तुझी! मला नाही का उत्सुकता? त्याचं काय करायचं?

बाबू : त्याच्याकडे म्हणजे- त्या माणसाकडे बघायला सांगितलंय.

मालविका : मग आपण दोघं बघू. आई-बापूंना नेऊ बरोबर.

बाबू : फार भोळी आहेस! त्याच्या बघायचं म्हणजे, तुला कसं सांगू? ते बघणं तुला पाहवणार नाही.

मालविका : हे बघ, मला दूधखुळी समजू नकोस! तुझ्या पहिल्या कामगिरीचा क्षण मला बघायचाय. तो क्षण कसला असेल ह्याची मला पर्वा नाही. जन्माचा असेल, मृत्यूचा असेल की निवडणूक लढण्याचा असेल! माझी ही अवस्था समजावून घे की रे! अवघडलेली मी... आसमंतात संचार करणाऱ्या अद्भुत इच्छा अशा अवस्थेत मनाचा ताबा घेतात आणि त्या क्षणाची विलक्षण ओढ निर्माण करतात.

बाबू : तू एक डाव खेळतीयस मालू... मला पेच टाकतीयस! त्या माणसाला जीवदान मिळावं, म्हणून तू फास टाकतीयस.

मालविका : आदेश तुला आलाय बाबू, मला नाही! त्याचं काय करायचं ते तू ठरव. मला फक्त तो क्षण बघू दे... इतकी माझी अंत:स्थ ओढ आहे बाबू!

बाबू : कसली विचित्र इच्छा! ते कृत्य बघून काय फरक पडणार आहे?

मालविका : चिंचा खाऊन काय फरक पडतो? पेरू का खातात? हे फार निसरडे पाठफिरवू प्रश्न आहेत बाबू! पहिल्यांदा काय वापरणार? पिस्तूल की रायफल? बोल की? तुला ठरवता येत नाहीये का? निर्णय घेताना गोंधळ उडालाय का तुझा? पहिल्या वेळी अशी चलबिचल क्षम्य असते. मात्र, निर्णय तुला अमलात आणावा लागणारच, त्यापासून सुटका नाही; कारण तू त्यांच्यातला आहेस!

बाबू : थांब गं, मला विचार करू देत! दिसत नाही, माझा गोंधळ उडालाय... मला भीती वाटतीय... मालू, काय नेमकं केलं म्हणजे त्या क्षणापर्यंत चालून जायचं अंतर कमी होतं?

मालविका : उत्तर सोपं आहे. सोसायटीत दडलेलं आहे. बुडत्याला काडीचा तरी आधार घ्यायलाच लागतो. म्हणून इतिहास सांगतो- धर्माची पताका घेऊन जर धावलं, तर त्या क्षणापर्यंत जायची घालमेल कमी होते.

बाबू : मालू, तू आहेस तरी कोण? कुठून आणतेस हे विचार? तू... तू .... साक्षात देवी आहेस! चल तर मग! भात्यातून बाण निघाला! उद्या रात्री आपण सगळे कामगिरीवर जायचं. सोंग भिकाऱ्याचं घेऊ आणि गाणी म्हणत इप्सित स्थळांचे अंतर कापू! तरंगाला म्हणावं, संगीताचा चोख बंदोबस्त कर.

[भिकारी पेटीवर वाजवतात तसे गाणे चालू. हार्मोनियम वाजत राहते. बाबूवर प्रकाश. तो शस्त्र साफ करू लागतो. अंधार.]

अंक दुसरा

प्रवेश तिसरा

[मालविका, बाबू, आई, बापूराव आणि पेटी वाजवणारा तरंग हे सगळे भिकाऱ्याच्या वेषात. पेटीवर जुने गाणे. गोल चक्कर मारून एका बाजूला स्थिर होतात. दुसऱ्या बाजूच्या विंगेतून टेबललॅम्प् लावलेले टेबल ढकलले जाते. एक गृहस्थ टेबलापाशी येतात. खुर्ची नीट मांडत वाचायला सुरुवात करतात. त्याचे वय ५५च्या आसपास. हार्मोनियमच्या आवाजाचा त्यांना त्रास होतोय, अशी कल्पना.]

गृहस्थ : (स्वतःशीच) छे! हे भिकारी म्हणजे अगदी वैताग आहेत. रात्रीच्या वेळीसुद्धा ऊत येतो ह्यांना! ही काय गाणी म्हणायची वेळ आहे? रात्री जरा निवांत काम करत बसावं म्हटलं, तर आवाजानी काही सुचू देत नाहीत. छे! (परत वाचनात किंवा लेखनात मग्न.)

[वाजवणे मागे चालूच आहे. आता बाबू त्यांच्यापासून वेगळा होतो. हलकेच सरकत-सरकत त्या गृहस्थांच्या मागे येतो. बाबूने तोंड झाकलेले. हातात पिस्तूल. बाकीची मंडळी थोड्या अंधुक प्रकाशात मागे बसलेली. गृहस्थांच्या मागे पिस्तूल रोखत गंभीर आवाजात बाबू म्हणतो-]

बाबू : मी आलोय मि. गडकरी.
(ते मागे वळून बघणार तोच)
मागे वळू नका! तुमचं नाव?

गडकरी : तुम्ही आताच घेतलं, तेच.

बाबू : संपूर्ण नाव?

गडकरी : वि. व. ऊर्फ अण्णासाहेब गडकरी. वय ५५. उजव्या हातावर जन्मखूण. पत्ता- 'श्रमसाफल्य', ५५ नेहरू रोड... मी जरा वळून

बघू का? मी काही करू शकणार नाही. निःशस्त्र आहे. मी एकदा बघतो तुम्हाला. आवाजामागचा चेहरा दिसला, तर आवाजामागचे खरे भाव कळतात.

बाबू : ठीक. बघा.

गडकरी : (वळून बघत) कोण तुम्ही? हे शस्त्र... हे बघा... मला मारू नका.... काय हवं ते घेऊन जा. जे आहे ते मी सर्वांच्या पुढे ठेवलेले आहे. हे पुस्तक, खुर्ची, पेन्सिल, पेन, वह्या– काय हवं ते न्या! एक चाकू आहे हा, पण तो पेन्सिलीपुरताच मर्यादित आहे. साहेब, एक प्रश्न विचारू?

बाबू : हं!

गडकरी : तुम्ही भिकारी वाटत नाही. चोर, दरोडेखोरदेखील नसावेत तुम्ही...

बाबू : मी चोर नाही.

गडकरी : मग अचानक शस्त्र घेऊन इतक्या रात्री भिकाऱ्याचं सोंग... हे काय आहे?

बाबू : आदेश आलाय.

गडकरी : कसला?

बाबू : तुम्हाला गोळ्या घालून ठार करण्याचा! सावज बेसावध असताना आम्ही हल्ला करत नाही. व्यक्ती तीच असल्याची खातरजमा करूनच गोळी घालतो.

गडकरी : अहो, पण का? मी काय केलंय?

बाबू : कारणाची गरज नसते. आदेश महत्त्वाचा.

गडकरी : सराईत दिसताय.

बाबू : तशी इच्छा आहे, म्हणजे सराईत होण्याची. आजची ही पहिलीच कामगिरी.

गडकरी : म्हणजे भवानीला आम्हीच सापडलो म्हणा की! आदेश आला म्हणता, तो कोणाचा?

बाबू : सगळ्या प्रश्नांची उत्तरं मिळत नाहीत.

गडकरी : सगळ्या नकोत, फक्त ह्याच प्रश्नाचं उत्तर.

बाबू : नाही, त्याचं उत्तर नाही!

गडकरी : उत्सुकता म्हणून विचारतो. मी काही कुणाला सांगण्याचा प्रश्नच नाहीये.

बाबू : माहीत नाही.

गडकरी : आणि माहीत नसून आदेशाची अंमलबजावणी करता?

बाबू : हो! कारण माझा तो व्यवसाय आहे, धर्म आहे!

गडकरी : अरे! चांगलेच तयार दिसता! शिक्षण वगैरे?

बाबू : झालंय! उत्तरेकडे!

गडकरी : वा! गुड! उत्तर दिशा म्हणजे प्रश्नच नाही. चांगले टी. व्ही. स्टार दिसताय. आम्ही रोज बघतो बातम्यांत. तुमचा नकाशा अगदी पाठ झालाय आमचा! सॉरी साहेब, तुमची चेष्टा करण्याचा उद्देश नव्हता. तुम्हाला वाटेल, काय बोलतोय वचावचा! पण काय की, मरणापूर्वी जशी ज्योत मोठी होते तसं माझ्या बोलण्याचं चाललंय... म्हणजे आवाज कायमचा शांत होण्यापूर्वीची ही तरफड! तर, काय म्हणत होतो मी.. अरे, तुम्ही उभे का? बसा नं, बसा! बसून ते रोखा माझ्यावर, मी काही पळून जात नाही. तेव्हा बसा आरामात आणि जस्ट रिलॅक्स... टेन्शन टाळा. विशेषतः हातामधल्या स्नायूंवरचं. नाही तर होतं काय की, जड-जड शस्त्र धरून-धरून हात अवघडून जातो आणि त्यामुळे निर्माण होणाऱ्या वेदनेमधून इच्छा नसतानासुद्धा गोळी उडली जाते! इच्छा असताना, मनाची-विचारांची पूर्ण तयारी झाली असताना मारलं, तरच ती हत्या होते; अन्यथा सरळ-सरळ खून होतो! आपल्यासारख्या विचारी माणसांनी हत्या करायला हवी! त्यासाठी स्नायूंवर नियंत्रण, मनावर ताबा, नियमित व्यायाम, समतोल आहार आणि सखोल वाचन हवं... तुम्ही बोअर नाही ना झालात?

बाबू : चेष्टा करा किंवा करू नका; तुम्हाला मरण अटळ आहे. खून की हत्या, ते लोक ठरवतील. मी तुम्हाला बोलायला का देतोय ह्याचा जरा तुम्हीच विचार करा! म्हटलं तर, तुमच्या ह्या बेलगाम सुटलेल्या जिभेला मी ह्या क्षणी कायमचा शांत करू शकतो... पण...

गडकरी : पण तो क्षण तुम्ही लांबवताय.

बाबू : नाही, त्या क्षणाची मी वाट पहातोय.

गडकरी : म्हणजेच तो क्षण लांबताय. वेळ काढताय. कारण तुमची ही पहिलीच वेळ आहे. ह्यात एक धोका आहे साहेब.

बाबू : कसला?

गडकरी : तुमची पहिलीच वेळ असल्यानं, समजा मला ठार मारण्याचा क्षण आला आणि सराव नसल्यामुळे तुम्हाला तो जर समजला नाही...

म्हणून तो क्षण निसटून निघून गेला तर?

बाबू : ज्या क्षणी माझा हात पिस्तूल ओढेल, त्या क्षणी ती वेळ आली असेल.

गडकरी : म्हणजे एकूण घोटाळ्याचेच प्रकरण आहे! वेळ आली तर क्षण नाही, क्षण आला तर वेळ नाही. तुम्ही आपले बसलेत पिस्तूल रोखून घोड्यावर बोट ठेवून. बरं साहेब, विचारीन–विचारीन म्हणत होतो... ते बाकीचे लोक कुठायत?

बाबू : कोण बाकीचे?

गडकरी : मघाशी नाही का... अरे! असं काय करताय? गाणं वाजवत आले तुम्ही लोक भिकाऱ्याच्या पोशाखात चक्कर मारून. तुम्ही इथे राहिलात. बाकीचे तुमचे सहकारी कुठे गेले, म्हणून विचारायचं होतं. तो वाजवणारा मात्र फार चांगला होता. काय त्याचं नाव...?

बाबू : तरंग.

गडकरी : येस, तरंग! बरोबर एक वृद्ध वाटतील असे गृहस्थ, दोन बायका म्हणजे तुम्ही धरून एकूण पाच लोक होते. कुठे गेली ही मंडळी? वास्तविक अशा प्रसंगात बाहेर एक जण मारुती किंवा तत्सम वेगवान वाहन इंजिन सुरू करून तयार असावा लागतो म्हणे... ते गाडी आणायला गेलेत का? त्या तरंगाचा हात मात्र चांगला आहे. फार मोठा कलाकार होणार तो!

बाबू : ते मघाचे लोक माझे कुटुंबीय होते. त्यांना माझी पहिली कामगिरी बघायची होती, म्हणून घेऊन यावं लागलं.

गडकरी : अरेऽऽ मग आत बोलवा नं त्यांना! साक्षीदार असणं हे केव्हाही चांगलं. तुम्हाला संकोच वाटत असेल, तर मी घेऊन येतो त्यांना. (जायला उठतात.)

बाबू : तुम्ही खाली बसा!

गडकरी : ओके! ओके! मी नाही जात, हवं तर तुम्ही जा! जा ना, घेऊन या त्यांना! गो अहेड! आणि पिस्तुलाची काळजी करू नका. तुम्ही येईपर्यंत मी स्वतः माझ्या हातांनी स्वतःवर रोखून धरीन! शप्पथ. तुम्ही येईपर्यंत घोडा ओढून मी तुमच्या हस्ते होणाऱ्या पहिल्या हत्येला आत्महत्येचा कलंक लावणार नाही. मी पूर्णपणे तुम्हालाच संधी देईन. विश्वास ठेवा! द्या ते पिस्तूल. कम ऑन, बी अ गुड बॉय....

[बाबू त्यांना फटका मारतो हाताने. ते हेलपाटतात.]

बाबू : गंमत वाटतीय तुम्हाला सगळी?

गडकरी : सॉरी... सॉरी साहेब. जरा घोटाळा झाला माझ्या बाजूनं. म्हणजे सीमारेषा जरा पुसट झाल्या! ध्यानात राहत नाही. मृत्यूच्या दारात इतका खेळकरपणा बरा नव्हे... जरा गंभीरपणेच प्रकरण घ्यायला हवं! थोडी शांतता, स्तब्धता मधून-मधून पेरत प्रसंगाचं गांभीर्य वाढवलं पाहिजे. ह्या निरव रात्री शांततेत... साहेब, म्हणजे अतिरेकीसाहेब, हृदयाची धडपड स्पष्टपणे जाणवते. आणि न बोलता शांत बसलं की, छातीचे ठोके मोजत बसायची सवय लागते. ह्या ठोक्यांचा ताल मात्र साहेब, खालीवर होतो भीतीमुळे. त्यामुळे ठोक्याची चाल बदलते. पुन्हा त्यात कपाळावरचा घाम मिसळतो. तबल्यासारखी मग गती वाढते. तबल्याची शाई तडकते आणि खण्णकन पितळी हातोडी बसते... पिस्तुलासारखी. मग स्तब्धतेच्या सुरांचे तरंग भळभळत पसरतात, मृत्यूच्या अज्ञात सावलीसारखे. म्हणून मृत्यूला शांतता प्रिय.

[शांतता. परत भिकाऱ्यांचे गाणे वाजू लागते.]

बघा साहेब, शांततेमधून परत संगीत सुरू झालं.

बाबू : तुम्ही जीव रमवा तुमचा बोलून! पण अंतिम विजय माझाच, तेवढं लक्षात ठेवा!

गडकरी : ते तुम्ही लक्षात ठेवा, कारण मी लक्षात ठेवून सांगणार कुणाला? त्यांना वर बोलवा. त्यांना तुमची कामगिरी जवळून बघायला मिळेल. आता टी.व्ही.मुळे क्लोजअपमध्ये सगळ्या गोष्टी बघायची सवय असते.

(एकदम उठून चालण्याच्या तयारीत)

बाबू : (अडवत) आँऽ आँऽ आँ... मी आहे अजून इथे.

गडकरी : मी त्यांना आपली वाट दाखवायला उठत होतो.

[भावना, बापू, तरंग, मालविका प्रवेश करतात.]

गडकरी : अरे, खरंच की तुमचे कुटुंबीय दिसतायत! आणि ह्या तुमच्या मिसेस वाटतं?

बाबू : हो. यंदाच झालं लग्न. आणि हे आई-वडील.

गडकरी : (मालविका गर्भारशी आहे हे बघत) अरे वा! म्हणजे साहेब, तुमचे आई-वडील दोन क्षणांची वाट बघतायत. एक म्हणजे, आजोबा

होण्याची आणि दोन म्हणजे, ह्या कामगिरीची. आजोबा होण्याचा क्षण मात्र पक्का ठरलेला आहे, पण दुसरा क्षण मात्र अजून अधांतरी आहे. एक्सक्यूज मी साहेब, निरीक्षकांना त्यांची ड्यू डेट विचारली, तर हरकत नाही ना?

मालविका : इश्श! सातवा चालू आहे.

गडकरी : अच्छा, म्हणजे पावलांची चाहूल लागलीय. हळूहळू हृदयाच्या कंसाचा वर्ग होतोय. छोटा अभिमन्यूच ह्या क्षणाचा साक्षीदार होतोय.
[शांतता. तरंग वाजवतोय.]
किती अनुरूप वाजवतोस रे! कुठल्या ऑर्केस्ट्रात काम करतोस?

तरंग : नाही, मी हौस म्हणून वाजवतो. सरांच्या ब्लड बँकेत कामाला आहे.

गडकरी : अच्छा! बरं! जरा सगळं कंटाळत चाललंय, नाही? मला वाटतं की, आदेशाबद्दल तुमची खात्री होत नसावी. कदाचित आदेश आल्याचा भास झाला असेल आणि खरोखर आदेश येईल तेव्हा फार उशीर झाला असेल. तुम्हाला बेसावध ठेवून क्षण पुढे निघून जाईल. अंगचं मूर्तिमंत क्रौर्य क्षणात विरघळेल आणि मागे राहील हाती पिस्तूल घेतलेला अश्वत्थामा! लोक म्हणतील, कसा बसलाय येडबंबू! मनाची तयारी नाही, वेळ आणि क्षण ह्यांचा गोंधळ. अशा वेळी मालविकाची काय अवस्था होईल साहेब? तिच्या बाळाचं काय होईल? तिला अज्ञात घुंगरं ऐकू येतात म्हणतात.

मालविका : अय्या! तुम्हाला कसं माहिती?

भावना : अगं, तिकिटं काढली असतील तुझ्या डान्स प्रोग्रामची! गप आता आणि पेंगू नकोस! आत्ता होईल बघ हत्या! तरी चांगली पुढची जागा मिळाली; नाही हो!

बापूराव : शब्द आवरा! जागा धरून बसायला ही काय २६ जानेवारीची परेड बघायला आलोय का आपण? सॉरी हं, सॉरी! तुमचं चालू देत!
[सगळे चकित होऊन ह्या अनपेक्षित वळणाकडे हताश होऊन बघतायत.]

भावना : (मालविकाला) मार म्हणावं एकदा त्याला! किती वेळ नेम धरून बसावं लागतंय, कोण जाणे! घरची कामं आहेत आम्हाला.

बाबू : तर मूळ कथानकाकडे परत येताना एकदा उजळणी करू! तुम्ही वि. व. ऊर्फ अण्णासाहेब गडकरी, वय ५५, उजव्या हातावर जन्मखूण.

गडकरी : पत्ता- श्रमसाफल्य, ५५ नेहरू रोड! तुम्हाला हवाय तोच मी! सोसायटीला माहितीय ह्याबद्दल- म्हणजे विहंग, वास्तू, नगरपित्यांना?

बाबू : तुमच्या परिचयाचे आहेत हे लोक?

गडकरी : मला सर्व गोष्टींची इत्थंभूत माहिती असते.

बाबू : तुम्ही पोलिसांतले तर नाही?

गडकरी : छे, मी कसला पोलिसातला! साधा ब्रह्मचारी माणूस मी! तुम्हाला अगदी आयडियल केस! मागे पाश नाही, कोणी रडायला नाही! मरावे परी राखरूपीसुद्धा उरू नये, म्हणून देहदानाचीसुद्धा व्यवस्था केलीय. नेत्रदानाचा फॉर्म भरलाय. आणि हो! साहेब, एक विनंती अशी की- किडनीजवळ गोळी नका मारू प्लीज, कारण त्या पण बुक आहेत. म्हटलं, येतील आमच्या किडन्या कुणाच्या उपयोगी. आमच्या नावानी मनसोक्त धार सोडतील. साहेब, नीट विचार केला तर तुम्ही आम्हाला मारणं हे तुम्हाला शोभत नाही; कारण आपण दोन अत्यंत परस्परविरोधी तत्त्वावर उभे आहोत. दोघंही समान पातळीवर येण्यासाठी तुम्ही आमची मदत केली पाहिजे.

बाबू : म्हणजे, तुम्हाला जिवंत सोडलं पाहिजे.

गडकरी : तसं मी इच्छा असून म्हणणार नाही. उगाच तुमच्या भावना भडकावून तो क्षण मी कशाला अलीकडे आणू? तर सांगायचं म्हणजे- एका बाजूला तुमच्यासारखा प्रशिक्षित, जबरदस्त व्यावसायिक योद्धा, मनाचा दगड करून आदेश पाळणारा अतिरेकी- नव्हे, मायावी यंत्रमानवच! तर दुसऱ्या बाजूला साध्या गावाची वेससुद्धा न ओलांडलेला, मूर्तिमंत भीतीच असलेला, परिस्थितीला शरण जाणारा किंवा शरण जाईल अशीच परिस्थिती निर्माण करणारा, मरणाला घाबरणारा सामान्य माणूस. आमची मरणाची भीती साहेब, तुम्ही घालवली पाहिजे... न घाबरता तुमच्या गोळ्यांना बळी पडणारी मरणोन्मुख व्यावसायिक माणसे तुम्ही तयार केली पाहिजेत! मरणोन्मुख माणसांनी मृत्यूला न घाबरता सामोरं जावं म्हणून खास शिबिरं भरवली पाहिजेत. म्हणजे दोन्ही तत्त्वं समान! तुम्ही मारणारे व्यावसायिक, तसेच मरणारे पण व्यावसायिक. मग मुडद्यांच्या राशीच्या राशी पडतील... इतकी अमर्याद सत्ता हाती येईल तुमच्या की, ती राबवायला रयतच उरणार नाही! मग साहेब, कुठला आदेश

आणि कोण कोणाला देणार? अशी घाबरगुंडी उडेल तुमची, कारण स्वतःच्या मरणानी मरायला माणूसच उरणार नाही आणि सर्वत्र गिधाडांच्या सावल्या भर मध्यान्हीच सायंकाळ करत फिरत रहातील.
[तरंगाचे घनगंभीर संगीत चालू.]
साहेब, आता जाण्यापूर्वी हात जोडून विनंती... आदेश कोणीही देऊ देत, क्षण केव्हाही येऊ दे, त्याला माझी तयारी आहे. पण पिस्तूल ओढण्याच्या कारणमीमांसेमध्ये धर्म आणू नका, प्लीजऽऽ! त्यानी सगळ्यावर बोळा फिरेल. तुम्हाला ते फार जड जाईल. इतर वाट्टेल ते कारण सांगा, आर्थिक सांगा. पण धर्माचा रंग मिसळू नका, तो खाऊन टाकेल तुम्हाला. वेळ होत चालली आमची. भीती वाढत चालली. संगीताची लय वाढत चालली. साहेब, इतका जबरदस्त प्रसंग मी घडवावा, असं माझ्यात काही नाही. टेबल, खुर्ची, पेन, कागद सगळं तुम्ही घेऊन जा; पण दया करा, मला सोडा. निदान माझ्या निवडीचे निकष तरी सांगा. आणि ह्याचं उत्तर तुम्हाला देता येत नसेल, तर मी सांगतो ते नीट कान खोलून ऐका. तुमचा आत्मविश्वास उपरा आहे, पुरवलेला; तुमचा नाही. फार मोठा घोटाळा होणार आहे तुमचा आणि मालविकाचा. मी पुन्हा सांगतो, प्रचंड घोटाळा होईल. सगळे स्तब्ध होईल, चिडीचिप्प होईल. वारासुद्धा थांबेल. भस्मासुर तुमच्यावर उलटेल. केविलवाणे व्हाल तुम्ही... मालविकाकडे खरी सूत्रं नाहीत...
[वाढत्या संगीताच्या तालावर बाबू गोळ्या झाडतो. गडकरी नाटकी पद्धतीने मरण अतिरंजित करत नेतात. अंगावरून रक्त वाहते. बाबूला पकडतात आणि मरण्याअगोदर बोलतात.]

गडकरी : तुम्ही घोटाळा केलात! नीट ऐका... तुम्ही ती वेळ यायच्या आधी गोळी झाडलीत... मी गडकरी.... नाटककार आहे ह्या नाटकाचा! शेवट लिहिण्याआधीच तुम्ही गोळी झाडलीत... कुणाला सांगू नका. मालविकाला जपा... धर्माचं कारण मात्र... नाटकातली पात्रेदेखील निर्मात्याला ओळखेनाशी झाली...
[गडकरी मरतात. शांतता. बाबू गोंधळलेला. बराच वेळ निघून गेलाय, अशी कल्पना करून तरंग प्रवेश करतो.]

बाबू : चला, बराच वेळ निघून गेला. (भानावर येत) कुठे गेलेत सगळे?

तरंग : हॉस्पिटलमध्ये.

बाबू : (दचकून) म्हणजे मालूला.....

तरंग : डॉक्टरांनी बाळाला वाचवण्याचे खूप प्रयत्न केले सर, पण यश नाही आलं! ते म्हणाले, ह्या अशा घटनांचा निषेध म्हणून बाळानं स्वतःच स्वतःची वाढ थांबवली असावी. तुमच्या न जन्मलेल्या बाळानी सर, ह्या अशा हिंसेचा निषेध म्हणून न जन्मताच जगाकडे पाठ फिरवली, आत्महत्या केली..

बाबू : मग आता पुढे...?

तरंग : पुढे काही नाही सर, हा खेळ आता संपला. आता पुन्हा दिशा जास्त विचारपूर्वक निवडायची. चला, सगळे प्रार्थनेसाठी जमलेसुद्धा...

[सगळी पात्रे जमतात. बाबू गडकऱ्यांना उठवतो. सगळे सुरवातीची प्रार्थना परत म्हणतात. जणू सगळे पुन्हा नव्याने सुरू झाले आहे.]

–पडदा–

* 9 7 8 8 1 9 5 6 6 8 8 1 6 *

FCW - #0265 - 061026 - C0 - 216/140/4 - PB - 9788195668816 - Matt Lamination